D1763620

சுராவின்

நீங்களும் ஓர் I.P.S. அதிகாரி ஆகலாம்

டாக்டர். செ. சைலேந்திரபாபு, இ.கா.ப. (ஓய்வு)

தமிழாக்கம்

டாக்டர். அ. கோவிந்தராஜு

TNPL மெட்ரிக் மேல்நிலைப் பள்ளி,

காகிதபுரம், கரூர்.

சுரா பதிப்பகம்

(An imprint of Sura College of Competition)

சென்னை

நீங்களும் ஓர் I.P.S. அதிகாரி ஆகலாம்
(You too can become an I.P.S. Officer)

by **Dr. C. Sylendra Babu,** IPS (Retd.)

© வெளியீட்டாளர்கள்

இந்தப் பதிப்பு : அக்டோபர், 2023
அளவு : **1/8** டெமி
பக்கங்கள் : 168

ISBN : 978-81-19112-98-2
குறியீட்டு எண் : W 408

(வெளியீட்டாளர்களின் எழுத்து மூலமான அனுமதி இன்றி இப்புத்தகத்தை மறுபதிப்புச் செய்யவோ, வேறு மொழிகளில் மொழிபெயர்க்கவோ, அச்சடிக்கவோ, போட்டோகாபி செய்யவோ கூடாது)

சுரா பதிப்பகம்
[An imprint of Sura College of Competition]

தலைமை அலுவலகம்: 1620, 'ஜே' பிளாக், 16-ஆவது பிரதான சாலை,
அண்ணா நகர், சென்னை-600 040.
☎ 91-44-48629977, 42043273

பத்மாவதி ஆப்செட், சென்னை-600 032-இல் அச்சடிக்கப்பட்டு,
சுரா பதிப்பகத்திற்காக [An imprint of College of Competition]
1620, 'ஜே' பிளாக், **16**-ஆவது பிரதான சாலை, அண்ணா நகர், சென்னை - **600 040** இல்
திரு. வீ.வீ.கே. சுப்புராசு அவர்களால் வெளியிடப்பட்டது.
தொலைபேசி எண்: **91-44-4862 9977**
e-mail: suracollege@gmail.com enquiry@surabooks.com website: www.surabooks.com

10 23 500

அர்ப்பணிப்பு

I.P.S. அதிகாரி ஆகத் துடிக்கும் ஒவ்வோர் இந்தியனுக்காகவும் இந்நூல் அர்ப்பணிக்கப்படுகிறது.

குறிப்பு : இந்த நூல் மூலம் ஆசிரியருக்கு கிடைக்கும் வெகுமதி அனைத்தும் ஏழை மாணவர்களின் உயர்கல்விக்காக மட்டும் செலவிடப்படும்.

நன்றியுரை
(ACKNOWLEDGEMENT)

I.P.S. அதிகாரியாக ஆசைப்படும் இளைஞர்களுக்கு எழுதப்பட்டதே இந்நூல். இதுபோன்ற ஒரு நூலினை மற்றவர்கள் உதவியின்றி எழுதுதல் என்பது முடியாத காரியமாகும். அப்படி உதவியவர்களை குறிப்பிட்டு நன்றி சொல்லவில்லை என்றால் நான் நன்றி மறந்தவனாகிவிடுவேன்.

காவல்துறை அதிகாரி திரு. தளவாய் சாமி, எனது உதவியாளர் திரு. மேனுவல்ராஜ் ஆகியோருக்கு நான் முதலில் நன்றி கூற வேண்டும். சிவில் சர்வீஸ் தேர்வுப் பயிற்சி கல்லூரிகளுக்குச் சென்று போதித்த வேளையில் புத்தக வடிவில் இச்செய்தியை சொல்வதனால் பலரைச் சென்றடையும் என்ற கருத்தை கூறியதும் அவர்களே.

இந்நூலினை ஆங்கிலத்திலிருந்து தமிழாக்கம் செய்த தேசிய நல்லாசிரியர் முனைவர் அ. கோவிந்தராஜு அவர்களை எப்படி பாராட்டினாலும் தகும். **TNPL** பள்ளியின் முதல்வர் வேலைப்பளுவிற்கிடையில் கவனமாக மொழிபெயர்ப்பு செய்திருக்கிறார். அவர்களுடைய தமிழ்ப்புலமையை ரசிப்பதற்கும் இப்புத்தகம் உதவும். அவர்களுக்கும் எனது நன்றியை உரித்தாக்குகிறேன்.

என் போன்ற அதிகாரிகள் எழுதிய புத்தகத்தையும், இளைஞர்கள், குறிப்பாக மாணவ மாணவியர் படிப்பார்கள் என்று நம்பி இந்நூலின் தமிழாக்கத்தையும் அச்சிட்டு வெளியிட்ட "சுரா பதிப்பகம்" நிர்வாக இயக்குநர் திரு. வீ.வீ.கே.சுப்புராஜ் அவர்களுக்கும் எனது மனமார்ந்த நன்றியைத் தெரிவித்துக் கொள்கிறேன்.

இந்த நூலினை படித்து, IPS வேலையில் ஆர்வம் ஏற்பட்டு தேர்வு எழுதி வெற்றி பெற்ற பலரின் பேட்டிகள் எனக்கு பரிசாகக் கிடைத்துள்ளது. அந்த மாணவ மாணவியருக்கு நன்றி.

இப்படிக்கு,

டாக்டர். செ. சைலேந்திர பாபு, IPS (Retd.)

பதிப்புரை
(PUBLISHER'S NOTE)

எத்தனையோ மனிதர்கள் இந்த பூமிப்பந்திற்கு வருகிறார்கள், வாழ்கிறார்கள், மரிக்கிறார்கள். மனிதர்களில் சிலர் தங்களிடையே தனிப்பெரும் திறமைகளைக் கொண்டிருந்த போதிலும், அந்தத் திறமைகளைப் பிறருக்காக உபயோகிப்பதில்லை. நமக்கென்ன என, கண்களை மூடிக்கொள்ளும் வர்க்கங்களுக்கிடையே விரல்விட்டு எண்ணக்கூடிய அளவிலான மனிதர்கள் நாம் பிறந்த இந்த மண்ணிற்கு, நம்மை அடையாளம் காட்டிய இந்த சமூகத்திற்கு, நம்முடைய சந்ததியினருக்கு என்ன செய்ய முடியுமென சிந்தித்துச் செயலாற்றுகின்றனர். இன்னும் ஒரு சிலர் பிறர் பயன்பட செயலாற்றுவதே தமது ஆன்மாவின் வழியென வாழ்பவர்கள். நற்செயல்களின் நன்மை தீமைகளைப் பிரித்துப் பார்க்காதவர்கள். சிந்தனையைக் கடந்த மனம் கொண்ட மாமனிதர்கள். இந்த இனத்தைச் சேர்ந்தவர்தான் இப்புத்தகத்தை எழுதிய **திரு. C. சைலேந்திரபாபு, IPS (Retd.)** அவர்கள். ஓர் IPS அதிகாரிக்கு 24 மணிநேரமும் அலுவல் சார்ந்த பணி இருந்து கொண்டேயிருக்கும். அதுவும் சென்னை போன்ற மாநகரங்களில் பொறுப்பான பணியில் உள்ளவர்களுக்கு சொல்லவா வேண்டும். குடும்பத்தை மறந்து குடிமைப்பணி செய்பவர்கள் அல்லவா! **திரு. பாபு,** அவர்கள் சென்னையிலே மாநகர காவல்துறை இணை ஆணையராக இருந்த அந்த சமயத்தில்தான் இந்தப்புத்தகம் அவர்களால் பாங்குற எழுதப்பட்டது.

இந்தப் புத்தகத்தின் ஒரே நோக்கம், IPS அதிகாரி ஆகத் துடிக்கும் ஒவ்வொரு தமிழ் இளைஞனுக்கும் தூண்டுகோலாக அமைவதே. அவனைத் தட்டி எழுப்பி, '**உன்னால் முடியும் தம்பி**' என்று கூறுவதே இப்புத்தகத்தின் பணியாகும்.

நாங்கள் இப்புத்தகத்தை வெளியிடுவதில் பெருமிதம் கொள்கிறோம்.

வாழ்த்துகள்,

இவண்
பதிப்பகத்தார்

பொருளடக்கம்

பக்கம்

1. அன்பார்ந்த வாசகரே 1
2. I.P.S என்பது என்ன ? 3
3. I.P.S அதிகாரிக்குரிய அருமையான பணிகள் 5
4. இலக்கை அடைவது எப்படி ? 12
5. தகுதி வரைமுறைகள் 13
6. விரும்பி அனுப்பும் விண்ணப்பம் 17
7. தேர்வுத் திட்டம் 18
8. பணித்தொகுதி ஒதுக்கீடு 40
9. இனிய தேர்விற்கு இன்றே தயாராவீர் 41
10. படிப்பதன் தத்துவங்கள் 43
11. படிக்கும் முறை 51
12. உடல் நலமே உயர் நலம் 55
13. குடிமைப் பணி பயிற்சி மையங்கள் 59
14. உங்களால் முடியும் 60

	பக்கம்
15. இணைப்பு	**1 - 96**

1. Essays asked in the previous years .... 1 - 4

2. Civil Services (Preliminary) Exam-2022 ...... 5 - 48
   Paper I (General Studies)
   & Paper II (CSAT)

   Civil Services (Preliminary) Exam-2023 .... 49 - 96
   Paper I (General Studies)
   & Paper II (CSAT)

நீங்களும் ஓர் I.P.S. அதிகாரி ஆகலாம்

● சேவை

● சாதனை

● தியாகம்

1. அன்பார்ந்த வாசகரே

வெற்றியைப் போல் வெற்றியை பின்தொடர்வது எதுவுமில்லை.

- டூமாஸ்

இந்த நூலை நீங்கள் தேர்ந்தெடுத்தமையே, சீருடைப் பணிகளில் உங்களுக்குள்ள ஆர்வத்திற்குச் சான்று ஆகும். நீங்கள் ஒரு தேசியப்படை (NCC) மாணவராய் இருந்திருக்கலாம் அல்லது ஓர் இந்திய காவல் பணி அதிகாரியால் ஆர்வமூட்டப்பட்டிருக்கலாம். அதே வேளையில், இந்திய காவல் பணியில் சேர்வதற்கான வழிமுறைகளை அறியாதவராகக் கூட இருக்கலாம்.

ஐ.பி.எஸ் (IPS) அதிகாரியாக அடிப்படைத் தகுதி என்ன, அதற்கான போட்டித் தேர்வு எது, அதற்கு எவ்வாறு தயார்படுத்திக் கொள்வது போன்ற பல வினாக்கள் உங்கள் மனதில் எழுந்திருக்கலாம். இதற்குரிய போட்டித் தேர்வு மிகக் கடுமையாக இருக்குமோ என அஞ்சி இருக்கலாம். இவ்வாறான தேர்வுகள் மேல்தட்டு இளைஞர்களுக்கும், பண வசதியும் அரசியல் பலமும் உடையவர்களுக்கும் உரியன என்று எண்ணி நீங்கள் இத்தேர்வுகளை எழுதாமல் ஒதுங்கியும் இருந்திருக்கலாம். இவ்வாறான ஐயங்களைப் போக்குவதே இந்நூலின் நோக்கமாகும்.

ஒருவர் இளமைப்பருவத்தில் வீரதீரமிக்க சவால் நிறைந்த பணியைத் தேர்ந்தெடுக்க நினைத்திருக்கலாம். ஒரு பணியைத் தேர்ந்தெடுத்து, அதன் மூலமாக சாதனை நிகழ்த்தி, மக்கள் மனதில் நீங்கா இடத்தைப் பிடிக்க ஒருவர் எண்ணியிருக்கலாம். மாபெரும் சக்தியாக உருவெடுத்து, தீமையை அடியோடு அகற்றி நல்லவற்றை, நல்லவர்களைக் காப்பாற்ற ஒருவருக்கு ஆசை இருக்கும். நான் குறிப்பிடும் அந்த ஒருவர் நீங்களாக இருப்பின் சரியான நேரத்தில் சரியான நூலைத் தேர்ந்தெடுத்து இருக்கிறீர்கள் என்றுதான் கூற வேண்டும்.

இந்த நூலில் உள்ள கட்டுரைகளைத் தொடர்ந்து படிக்கும்போது, IPS தேர்வு மிக எளிமையானது என்பதை உணர்வீர்கள். திட்டமிட்டு உழைத்தால், இந்திய காவல் பணியில் (IPS) உறுதியாக சேர்ந்துவிட முடியும். இப்பணிக்குத் தேர்வு என்பது திறமையின் அடிப்படையில் மட்டுமே செய்யப்படுகிறது. பெரிய சமூக அந்தஸ்தோ, பொருளாதார பின்புலமோ தேவையில்லை; ஆங்கில வழிப்படிப்பு என்று கூட எதுவும் அவசியமில்லை. தேர்வில் நீங்கள் பெறும் மதிப்பெண்களும், நேர்காணலின் போது நீங்கள் விடைசொல்லும் பாங்குமே தேர்வு பெறுவதற்கு அடிப்படையானது.

மேலும் இன்னொன்றையும் சொல்லியாக வேண்டும். IAS (Indian Administrative Service) மற்றும் IFS (Indian Foreign Service) அதிகாரியாக ஆர்வம் உள்ளவர்களும் இந்நூலைப் படிக்கலாம். ஏனெனில் IAS, IFS, IPS போன்ற பதவிகளுக்கு பொதுவாக தேர்வு ஒன்றேயாகும். இருப்பினும் IAS தேர்வு என்ற தலைப்பில் பல புத்தகங்கள் வந்துவிட்டன. ஆனால் IPS அதிகாரியாவது எப்படி என்ற தலைப்பில் எந்தப் புத்தகமும் வெளிவந்ததாகத் தெரியவில்லை. IPS அதிகாரியாக வேண்டும் என்ற ஆர்வமுள்ள பல இளைஞர்களை நான் பார்த்திருக்கிறேன். எனவேதான் இப்புத்தகத்திற்கு இப்படியொரு தலைப்பினை தந்துள்ளேன்.

இந்நூலைத் தேர்ந்தெடுத்தமைக்குப் பாராட்டுக்கள். இத்தோடு படிப்பதை நிறுத்திவிடாமல் தொடர்ந்து படியுங்கள். ஒரே மூச்சில் நூலைப் படித்து முடியுங்கள். நீங்கள் 'செல்வழி நன்று வெல்வது உறுதி' என வாழ்த்துகிறேன். நீங்கள் IPS தேர்வு எழுதும் பருவம் தாண்டிவிட்டாலும் கூட இந்நூலில் சொல்லப்பட்டிருக்கும் தகவல்கள் உங்களது குழந்தைகளை ஒரு IPS அல்லது IAS அதிகாரியாக்க உதவும் அல்லவா ? எனவேதான் மீண்டும் கேட்டுக்கொள்கிறேன். தொடர்ந்து படியுங்கள்.

'செல்வழி
நன்று
வெல்வது
உறுதி'

❖❖❖

2. I.P.S என்பது என்ன?

மிகச் சிறந்தவை மிக அரிதானவை

- பிளேட்டோ

போலீஸ் (POLICE) என்னும் சொல்லுக்கு பலரும் பலவாறு பொருள் தருவர். நான் கல்லூரியில் படித்தபோது அறிந்த ஒரு பொருள் உண்டு. அது சட்டப்பூர்வமானதோ அல்லது உலக அளவில் ஏற்கத்தக்கதோ அல்ல எனினும் ஏறக்குறைய பொருத்தமான பொருளாகும். அதாவது Protection Of Life In Civil Establishments என்பதன் சுருக்க வடிவமே POLICE ஆகும்.

POLICE என்னும் சொல்லிற்கு "ஒரு நாட்டின் பொது ஒழுங்கை நிலைநாட்டக்கூடிய குடிமைப் படை" என்று ஆக்ஸ்போர்டு அகராதி (Oxford Dictionary) விளக்கம் தருகிறது. "சட்டம், ஒழுங்கு முதலியவற்றை நிலைநாட்டும் பணியில் ஈடுபட்டிருக்கும் அரசுத்துறை ஊழியர்கள்தான் POLICE" என்கிறது SURA's Supreme English-English-Tamil அகராதி (Page 709).

> **பொது ஒழுங்கை நிலைநாட்டக் கூடியதும், சட்டப்பூர்வமான விசாரனை நடத்துவதுமான அமைப்புதான் போலீஸ்**

"பொது ஒழுங்கை நிலைநாட்டக் கூடியதும், சட்டப்பூர்வமான விசாரனை நடத்துவதுமான அமைப்புதான் போலீஸ்" என்பது பிலிப்ஸ் கலைக்களஞ்சியம் தரும் விளக்கம் ஆகும். உலகில் முதன் முதலில் தன்னாட்சி நிலையிலான போலீஸ் படை **1667**-ஆம் ஆண்டு பாரிஸ் நகரில் (பிரான்சு) உருவாக்கப்பட்டது. அதுவே **1829**-இல் சீருடைப் படையாக பரிணாமம் பெற்றது. **1800** இல் ஆங்கிலேயர் உருவாக்கிய மெரைன் போலீஸ் படையே முதன் முதலில் உருவான தொழில் சார்ந்த (Professional) போலீஸ் படையாகும். இலண்டனில் சர். ராபர்ட் பீல் என்பவர் **1829**-ஆம் ஆண்டு மாநகரக் காவல் படையை அமைத்தார். **1844**-இல் நியூயார்க் நகர காவல் படை உருவானது. சில ஆண்டுகள் கழித்து, எல்லாவகையிலும் இப்படையை ஒத்த ஒரு நகரக் காவல்படை, சென்னையில் **1856**-இல் உருவானது. முதல் சென்னை மாநகர காவல்துறை ஆணையராக போர்ப்படைத் தளபதி ஜே.சி. போல்டர்சன் பொறுப்பேற்றார்.

Indian Police Service என்பதுதான் IPS என்னும் முத்தான மூன்றெழுத்துகளின் விரிவாக்கம் ஆகும். அரிய மற்றும் மதிப்பு வாய்ந்த இந்திய காவல் பணிக்குத் தேர்வு செய்யப்பட்ட ஒருவர் வாழ்நாள் முழுவதும் தன் பெயரைத் தொடர்ந்து IPS என்னும் எழுத்துகளைச் சேர்த்துப் பெருமையடையலாம்.

ஆங்கிலேயர் காலத்தில் காவல்துறை உயரதிகாரிகள் IP (Indian Police) என்றழைக்கப்பட்டனர். IP என்னும் அந்தப் பதவிதான் சுதந்திரத்திற்குப் பின் IPS என்னும் பணியாக உருவெடுத்தது என்பது குறிப்பிடத்தக்கது.

ஆங்கிலேயர் ஆட்சிக்காலத்தில் இந்தியாவில் 1905 வரை ஆங்கிலேய அதிகாரிகளே IP அதிகாரிகளாக இருந்தனர். முதன் முதலாக இந்தியர்கள் இப்பணிக்குத் தெரிவு செய்யப்பட்டபோது, புகழ் வாய்ந்த பலர் இப்பணிக்கு அணி சேர்த்தனர். அவர்களுள் குறிப்பிடத்தகுந்தவர் அண்மையில் மறைந்த திரு. எஃப். வி. அருள் IP ஆவார்கள். மத்திய புலனாய்வுத் துறையின் (CBI) இயக்குநராகவும், தமிழ்நாடு காவல்துறையின் தலைவராகவும் (DGP) பணியாற்றி, பின்னர் பணிநிறைவு பெற்றதும் INTERPOL (INTERNATIONAL POLICE) என்னும் அகில உலக காவல் துறைகளின் அமைப்பின் (தலைமையிடம் : லியான்-பிரான்ஸ்) துணைத்தலைவராகவும் விளங்கினார். அவர் ஓய்வு பெற்று தற்பொழுது ஏறக்குறைய 30 ஆண்டுகளானாலும் இன்றும் மக்கள் மனதில் திரு. ஐ.ஜி. அருள் சரித்திர நாயகனாக நிலைத்து நிற்கிறார்.

3. I.P.S அதிகாரிக்குரிய அருமையான பணிகள்

> நாட்டின் பாதுகாப்பு, மக்கள் நலன், நாட்டின் கௌரவம் முதன்மையானது ;
>
> நீங்கள் வழிநடத்தும் படையினரின் பாதுகாப்பும், நலனும் இரண்டாவது ;
>
> உங்கள் பாதுகாப்பும் நலனும் எப்போதும் இறுதியானது.
>
> – பீல்டு மார்ஷல் சர் பிலிப்ஸ் செட்உட்

இளம் வயதிலேயே உயர்பதவிகளை வகிக்க முடியும். இளம் வயதில் உயர்பதவியில் அமர்வதுதான் இந்திய காவல் பணியின் மகிமையாகும். திண்டுக்கல் மாவட்ட காவல்துறையின் தலைமைப் பொறுப்பை ஏற்றபோது என் வயது 29. காவல்துறையைச் சார்ந்த 1500 அதிகாரிகள் மற்றும் போலீஸ் காவலர்களை வழிநடத்தக் கூடிய பொறுப்பு அதிகாரியாக இருந்தேன். வேறு எந்த இந்தியப் பணியிலும் இளைஞர் ஒருவர் உயர்பதவியில் குறுகிய காலத்தில் உயருவது முடியாத காரியமாகும். பிற நாட்டுக் காவல் பணியிலும் இவ்வாறு இளம் வயதினர் உயர்பதவியை வகிப்பது சாத்தியமாகாது. அமெரிக்கா மற்றும் இங்கிலாந்து நாடுகளில் பணித்தர வரிசையில் போலீஸ்காரராகச் சேர்ந்து, பல ஆண்டுகளுக்குப் பின்னரே உயர்பதவியை அடைய முடியும்.

பல்வேறு அமைப்புகளின் உயர்பதவிகளில் IPS அதிகாரிகள்

ஐ.பி.எஸ் (IPS) அதிகாரிகள்தான் மாநில அளவில் காவல்துறைத் தலைவர்களாக (Director General of Police) உயர்கிறார்கள். இவ்வரிசையில் திரு. ஜூலியோ ரெபைய்ரோ (மகாராஷ்டிரம்), திரு. கே.பி. எஸ். கில் (பஞ்சாப்), திரு. வால்டர் ஐசக் தேவாரம் (தமிழ்நாடு), திரு. ஆர்.பி. சிங் (புதுதில்லி), திருமதி காஞ்சன் சௌத்ரி பட்டாச்சாரியா (உத்தரகாண்ட்) ஆகியோர் குறிப்பிடத்தக்கவர்கள்.

துணை இராணுவப்பிரிவுகளான மத்திய ரிசர்வ் போலீஸ் (CRPF), எல்லைப் பாதுகாப்பு படை (BSF), இந்திய திபெத் எல்லைப்படை (ITBP),

சுராவின் • நீங்களும் ஓர் I.P.S. அதிகாரி ஆகலாம்

> **I.P.S.**
>
> **BSF அமைப்பின் தலைவர் ஓர் IPS அதிகாரி. இவருக்குக் கீழ் 2,57,363 போர் வீரர்கள் மற்றும் போலீஸ் அதிகாரிகள் பணியாற்றுகிறார்கள்.**

தேசிய பாதுகாப்பு படை (NSG), சிறப்பு பாதுகாப்பு படை (SPG), ஆகியவற்றுக்கு IPS அதிகாரிகளே தலைமை ஏற்கிறார்கள். தமிழ்நாட்டைச் சார்ந்த IPS அதிகாரி, திரு. கு. விஜயகுமார் அவர்கள் மத்திய ரிசர்வ் போலீஸ் படையின் தலைவராக பணியாற்றினார். நான் கொடுக்கும் ஒரு புள்ளி விவரத்தை அறிந்ததும் வியந்து நிற்பீர்கள். ஆம் BSF அமைப்பின் தலைவர் ஓர் IPS அதிகாரி. இவருக்குக் கீழ் 2,57,363 போர் வீரர்கள் மற்றும் போலீஸ் அதிகாரிகள் பணியாற்றுகிறார்கள். தமிழ்நாடு காவல்துறைத் தலைவரின் தலைமையில் 1,20,000 காவல்துறை அதிகாரிகள் மற்றும் போலீஸ் காவலர்கள் பணியாற்றுகிறார்கள். இதிலிருந்தே IPS அதிகாரி ஒருவரின் பணிப்பரிமாணத்தையும், அதிகாரப் பொறுப்பையும் கற்பனை செய்து பார்க்க முடியும்.

செயற்கரிய செயல்களை செய்பவர்கள் I.P.S அதிகாரிகள்

ஓர் அதிகாரி எதையும் சாதிக்கமுடியும் என்பதற்கு ஓர் உண்மைச் சம்பவத்தைப் பகிர்ந்துகொள்ள விரும்புகிறேன். பல நூற்றாண்டுகளாக இந்தியாவில் நிகழ்ந்த கொடுமை; ஒரு பயங்கரக்கும்பல் இந்திய நெடுஞ்சாலைகளில் பயணம் செய்த பயணிகளை வழிமறித்து, துண்டுத் துணியால் கழுத்தை நெறித்துக் கொன்று உடமைகளை எடுத்துக் கொண்டு, உடல்களைச் சாலை ஓரங்களில் புதைத்து வந்தது. இப்படி ஆயிரக்கணக்கான பொதுமக்கள் மாண்டனர். இக்கும்பலை பூண்டோடு அழிக்க வியூகம் அமைத்துச் செயல்பட்டார் அன்றைய IP (Indian Police) அதிகாரி சர். வில்லியம் ஹேரி ஸ்லீமேன் (1781-1856). அந்தக் கும்பலை திட்டமிட்டு சுட்டுப் பொசுக்கினார். மூவாயிரத்திற்கும் மேற்பட்ட பயங்கர கொள்ளையர்களுக்கு தூக்குத் தண்டனை நிறைவேற்றப்பட்டது. யாரும் சாதிக்காததைச் சாதித்துக் காட்டினார். வட இந்தியாவில் இந்தக் கொள்ளை கும்பலின் அட்டகாசத்திலிருந்து முழுமையாக தங்களை மீட்ட அவரை மக்கள் கடவுளுக்கு நிகராக கருதினர். இவர் எழுதிய நூல் 'THE THUGS' என்ற பெயரில் வெளியானது.

சிங்கத்தை அதன் குகையில் சந்திப்பவர்கள் I.P.S அதிகாரிகள்

மெய்சிலிர்க்கும் நிகழ்வுகள், வீரச்செயல்கள், இவற்றுக்கு இந்திய காவல்பணி அதிகாரிகளின் பணிக்காலத்தில் பஞ்சமே இருக்காது. எடுத்துக்காட்டுக்குச் சிலவற்றைக் குறிப்பிடுகிறேன்.

இந்தியாவின் வடகிழக்கு மாநிலங்களில் தலைவிரித்தாடிய பயங்கரவாதத்தை IPS அதிகாரிகள் பூண்டோடு அழித்தனர். பஞ்சாபில் நிலவிய வன்முறைப் போக்கை கட்டுக்குள் கொண்டுவந்ததும், ஆந்திராவில் நக்சலைட் தீவிரவாதிகளை அடக்கியதும், குஜராத்தில் ஏற்பட்ட சாதிக்கலவரம் தலைதூக்க விடாமல் செய்ததும் IPS அதிகாரிகளே.

தமிழ்நாட்டின் காவல்துறை தலைமை இயக்குநராக (DGP) பணியாற்றி பணிநிறைவு பெற்ற திரு. வால்டர் ஐசக் தேவாரம் அவர்கள் தமிழ்நாட்டில் ஆயுதம் ஏந்தி போராடி பொது மக்களின் உயிருக்கும் உடமைக்கும் ஆபத்து ஏற்படுத்திய நக்சலைட்டுகளை தனிமனிதராக நின்று, தக்க முறையில் திட்டமிட்டு, வேரோடு ஒழித்துக் கட்டினார். இந்திய போலீஸ் வரலாற்றில் இவரைப் போல தனிமனித வீரம் மிக்க அதிகாரி யாரும் இல்லை என்றே கூறலாம். அவர் வீரதீரச் செயல்களுக்கான குடியரசுத் தலைவரின் வீர விருதுகளைப் பெற்று தமிழகத்துக்குப் பெருமை சேர்த்தார்.

இந்தியத் திருநாட்டின் முதல் பெண் IPS அதிகாரியான திருமதி. கிரண்பேடி, வீரத்தை வெளிப்படுத்துவதில் ஒரு சிங்கம் போன்றவர். வன்முறையாளர்களைக் கணநேரத்தில் அடக்கி, அப்பகுதியை சிலமணி நேரத்தில் அமைதிப்பூங்காவாக மாற்றும் வல்லமையாளர். எனவேதான், இவரை ஐக்கிய நாடுகள் சபை (UNO) பன்னாட்டு அமைதிக் குழுக்களுக்குத் தலைமை தாங்கச் செய்தது. வரலாற்றுச் சிறப்புமிக்க திகார் சிறைச்சாலைக்குப் பொறுப் பேற்றபோது, சிறை மரபுகளைத் தலைகீழாகப் புரட்டிப் போட்டு, சிறைக் கைதிகளின் வாழ்வை மாற்றிக் காட்டினார். உடற்பயிற்சி, உழைப்பு, தவம், யோகா, அஞ்சல்வழிப் படிப்பு எனப் பல புதிய நடைமுறைகளை புகுத்திச் சிறைச்சாலையை, கைதிகளின் சீர்திருத்தச் சாலையாக மாற்றினார். இதற்காக யாரும் எளிதில் பெறமுடியாத ரேமன் மேகசேசே (RAMON MAGSAYSAY) விருதைப் பெற்றார். இவர் தற்போது பாண்டிச்சேரி யூனியன் பிரதேச துணைநிலை ஆளுநராக பணியாற்றி ஓய்வு பெற்றுள்ளார். இன்று, அவர் இந்தியப் பெண்மணிகளின் முன்னுதாரணமாக விளங்குகிறார்.

வளமான கோதுமை விளையும் பஞ்சாபில், வன்முறை விளைந்தபோது, சிங்கத்தை அதன் இருப்பிடமான குகையிலேயே சந்தித்து வீழ்த்துவது போல, வன்முறையாளர்களை அழித்தார் மாவீரர் திரு. கே. பி. எஸ். கில் எனும் IPS அதிகாரி.

மேற்குத் தொடர்ச்சி மலைக் காடுகளில், வனச்செல்வங்களை 20 ஆண்டுகளுக்கும் மேலாகக் கொள்ளையடித்து வந்தவனும், வனம் மற்றும் காவல் துறையைச் சேர்ந்த 120 அலுவலர்களின் இன்னுயிரைக் குடித்தவனுமாகிய சந்தன கடத்தல் வீரப்பனை தன் மதியூகத்தால் சுட்டு வீழ்த்தினார் திரு. கே. விஜயகுமார் என்னும் IPS அதிகாரி. வியூகம் வகுத்துச் செயல்படுவதில் இவருக்கு நிகர் இவரே. தற்போது இவர் ஜம்மு மற்றும் காஷ்மீர் யூனியன் பிரதேச கவர்னரின் ஆலோசகராக உள்ளார்.

வீரப்பனுக்கு எதிரான சிறப்பு அதிரடிப் படையில் பணியாற்றும் வாய்ப்பு எனக்கும் கிடைத்தது. அவனோடும் அவன் குழுவினரோடும் பலமுறை நேருக்கு நேர் துப்பாக்கிச் சண்டைகளை நிகழ்த்தியுள்ளேன். சொல்லப்போனால், ஆரம்பகாலங்களில் அமைக்கப்பட்ட அக்குழுவில் இடம் பெற்ற ஐந்து அதிகாரிகளுள் உயிருடன் இருக்கும் ஒரே அதிகாரி நான் தான். என்னுடன் பணியாற்றிய மற்ற அதிகாரிகளான திரு. ஹரிகிருஷ்ணா IPS, திரு. ஸ்ரீநிவாஸ் IFS, திரு. சக்கீல் (உதவி ஆய்வாளர்), திரு. தினேஷ் (உதவி ஆய்வாளர்) ஆகியோரை கொன்று குவித்தான் வீரப்பன். அந்த அதிகாரிகள் தாம் உண்மையில் நாட்டின் மாவீரர்கள். அவர்கள் நினைவாக, கொஹிமா போர் நினைவகத்தில் பொறிக்கப்பட்டுள்ள பொருத்தமான வாசகம் ஒன்றை இங்கே தருகிறேன்.

> ‘உங்களுடைய நாளைய நல்வாழ்வுக்காக இன்று எங்கள் உயிர்களைத் தியாகம் செய்கிறோம்.’

> “உங்களுடைய நாளைய நல்வாழ்வுக்காக இன்று எங்கள் உயிர்களைத் தியாகம் செய்கிறோம்.”

மாவீரச் செயல்களையும் வீரதீர சாகசங்களையும் நிகழ்த்துவதற்குரிய வாய்ப்புகளை நல்கும் துறை காவல்துறை என்பதற்கு மேலும் ஒரு சான்று தர இயலும். சுதந்திர இந்தியாவில் போர்களில் மாண்ட ராணுவ வீரர்களின் எண்ணிக்கையை விட, வீரதீரச் செயல்களில் ஈடுபட்டு உயிர் நீத்த போலீஸாரின் எண்ணிக்கையே அதிகம். ஒவ்வோர் ஆண்டும் அக்டோபர் 21 ஆம் தேதி வீர வணக்க தினமாக (Martyr’s Day) அனுசரிக்கப்படுகிறது. அந்நாளில் கடந்த ஓர் ஆண்டு காலத்தில் தங்களது இன்னுயிர் நீத்த போலீஸ் அதிகாரிகளின் பெயர்கள் ஒவ்வொரு மாநில

காவல்துறை தலைமை அலுவலகத்திலும் வாசிக்கப்பட்டு மடிந்த வீரர்களுக்கு மரியாதை செலுத்தப்படும்.

எனவே மாவீரச் செயல்களில் ஈடுபடத் துடிக்கும் உங்களுக்கு, அகில உலகிலும், அரிய வாய்ப்புகள் போலீஸ் துறையில் மட்டுமே உள்ளன. வேறு துறைகளில் தன்னுடைய இன்னுயிரை இந்நாட்டுக்காக மாய்க்கும் மாபெரும் வாய்ப்பு பெரும்பாலும் இல்லையென்றே கூறலாம்.

தொய்வுமில்லை ; ஓய்வுமில்லை

ஓர் ஐ.பி.எஸ் அதிகாரிக்கு எப்போதும் வேலையிருக்கும். பாதுகாப்பு வேண்டி, நீதி வேண்டி, வழிகாட்டுதலும் உதவியும் வேண்டி ஒருசாரார் அணுகுவார்கள். உயிருக்கு ஆபத்து, திருடுபோன பொருட்களை மீட்டுத்தர வேண்டுவது, ஏமாற்றுப் பேர்வழிகளிடமிருந்து பாதுகாப்பு, குடும்பத்தகராறு, தொலைந்துபோன மகளையோ மனைவியையோ தேடுதல், அண்டை வீட்டாரின் அளவற்ற தொல்லை, மனைவியின் மீது கணவன் வன் கொடுமை, பெண் சீண்டல், நிதி நிறுவன மோசடி, தொழிற்சாலைக்குப் பாதுகாப்பு எனப் பல்வேறு சிக்கல்களுக்காக அணுகுவர் மற்றொரு சாரார். அவசரமாக வெளிநாடு செல்ல கடவு சீட்டு (PASSPORT) வாங்க ஆய்வறிக்கை (Verification Certificate) கேட்டு பலர் வருவர். பல பெற்றோர்கள் என்னிடம் வந்து தங்கள் குழந்தைகளுக்காக பள்ளி மற்றும் கல்லூரிகளில் இடம் வாங்கித்தர வேண்டும் என்று கூட கேட்பதுண்டு. மாவட்ட காவல்துறை கண்காணிப்பாளர் (District Superintendent of Police) அல்லது காவல்துறை ஆணையரைச் (Commissioner of Police) சந்திப்பதற்கு எப்போதும் மக்கள் கூட்டம் காத்துக் கிடப்பதைக் காணலாம். எனவே, துன்பத்தில் துவள்வோருக்கு இயல்பாகவே உதவிக்கரம் நீட்டுபவராய் நீங்கள் இருப்பின், அத்தகைய வாய்ப்புகள் நிறைந்து கிடக்கும் பணி இந்திய காவல்பணி என்பதை தெரிந்து கொள்ளுங்கள்.

இன்னலில் சிக்குண்டோருக்குச் செய்த உதவி எப்போதும் மறக்கப்படுவதில்லை. அவர்கள் வாழ்நாள் முழுவதும் நன்றி பாராட்டுவர். காலத்தில் செய்த உதவிக்காக கடிதம் மூலமும், தொலைபேசி மூலமும் நன்றி தெரிவித்த வண்ணம் இருப்பர். இதுதான் இத்துறையின் தனிச்சிறப்பாகும்.

ஐ.பி.எஸ் அதிகாரிகள் 60 வயதில் (பிற போலீஸ் அதிகாரிகள் 58 வயதில்) அரசுப் பணியிலிருந்து ஓய்வு பெறுவர். ஆனால் உண்மையில் IPS அதிகாரிகள் வாழ்நாளில் ஓய்வு பெறுவதில்லை. ஓய்வுபெற்ற மறுநாளே அரசாங்க அல்லது தனியார் துறைகளில் மறுநியமனம்

> **இந்தியக் குடியரசுத் துணைத் தலைவர்**
>
> **காவல்துறை அதிகாரியாகப் பணியைத் தொடங்கி, இன்று இந்தியக் குடியரசுத் துணைத் தலைவராக உயர்ந்திருப்பவர் திரு. பைரோன் சிங் ஷெகாவத் அவர்கள்.**

பெறுவர். பல IPS அதிகாரிகள் ஓய்வு பெற்றதும் அரசு மற்றும் மேலாண்மைத் துறைகளில் தலைமைப் பதவி வகித்ததை இங்குச் சுட்டிக்காட்ட விரும்புகிறேன். உளவுத்துறை இயக்குநராகப் பணியாற்றி ஓய்வுபெற்ற திரு. எம். கே. நாராயணன் IPS அவர்கள் பிரதம அமைச்சரின் பாதுகாப்பு ஆலோசகராக நியமிக்கப்பட்டார். இன்றைய தேசிய பாதுகாப்பு ஆலோசகர் திரு. அஜித் தோவல் கூட ஒரு ஓய்வு பெற்ற அதிகாரிதான். நாட்டின் அனைத்து பாதுகாப்பு நடவடிக்கைகளும் இவரது தலைமையில் இயங்கும். ஜம்மு & காஷ்மீர் மாநிலத்தின் முன்னாள் ஆளுநர் திரு. நரேந்திர நாத் ஓய்வுபெற்ற IPS அதிகாரிதான். அவ்வளவு ஏன்? நம் தமிழகத்தின் ஆளுநராயிருந்த திரு. ராம் மோகன் ராவ் ஓர் IPS அதிகாரிதான்!

பன்னாட்டு நிறுவனங்களின் தலைமைப் பொறுப்பை ஏற்றவர்களில் பலர் IPS அதிகாரிகளே. எனவே, தனியார் துறைகளில் அல்லது பன்னாட்டு நிறுவனங்களில் தலைமைப் பதவிகளை அலங்கரிக்க விரும்பினால், அது IPS அதிகாரியாக ஆவதன் மூலம் நிறைவேற்ற முடியும். அதனால் காவல்துறைத் தலைமைப் பதவி மற்றும் தனியார் நிறுவன தலைமைப் பதவி என இரட்டை அனுபவம் பெறலாம்.

பதவி உயர்வுகள் பற்பல

இந்திய காவல் பணிக்குத் தேர்வானதும், நீங்கள் பயிற்சிக்குச் செல்ல வேண்டிய இடம் ஹைதராபாத். அங்குதான் தேசிய போலீஸ் பயிற்சியகம் (National Police Academy) உள்ளது. பிறகு ஏதேனும் ஒரு மாநிலத்தில் செயல்முறைப் பயிற்சிக்காக பயிற்சி அலுவலராக நியமிக்கப்படுவீர்கள். அதன் பிறகு நீங்கள் அணிசேர்க்க இருக்கும் பதவிகளும், அணியவிருக்கும் தோள் பட்டைகளும் பின்வருமாறு :

> **I.P.S.**
>
> **IPS பணியை எனக்குக் கொடுங்கள்; ஒரு ரூபாய் கூட ஊதியமின்றி பணியாற்ற ஒத்துக் கொள்கிறேன்.**

சூராவின் • நீங்களும் ஓர் I.P.S. அதிகாரி ஆகலாம்

பணி (Service)	தகுதி (Rank)	தோள்பட்டை (Shoulder Insignia)
2 ஆண்டுகள்	காவல்துறை உதவிக் கண்காணிப்பாளர் Asst. Superintendent of Police (ASP)	
4 ஆண்டுகள்	காவல்துறைக் கண்காணிப்பாளர் Superintendent of Police (SP)	
14 ஆண்டுகள்	காவல்துறைத் துணைத்தலைவர் Dy. Inspector General of Police (DIG)	
18 ஆண்டுகள்	காவல்துறைத் தலைவர் Inspector General of Police (IGP)	
30 ஆண்டுகள்	காவல்துறை கூடுதல் தலைமை இயக்குநர் Addl. Director General of Police (ADGP)	
32 ஆண்டுகள்	காவல்துறைத் தலைமை இயக்குநர் Director General of Police (DGP)	

இந்திய காவல் பணியில் பதவி உயர்வு என்பது கால முறையிலானது. தன் கடமைகளை நேர்மையாகவும் திறம்படவும் செய்பவராய் இருந்தால் படிப்படியாக பதவி உயர்வுகள் மேலே குறிப்பிட்டது போல குறித்த காலத்தில் வந்து சேரும். 'இளமையில் கல்' என்று ஔவையார் கூறியது, இத்துறைக்கு மிகவும் பொருந்தும். 25 வயதுக்குள் நீங்கள் IPS தேர்வெழுதி வெற்றி பெற்று இத்துறையில் காலடி எடுத்து வைத்தால், பெருமை மிக்க மத்திய அரசின் துறைகளான மத்திய புலனாய்வுத் துறை (CBI), உளவுத்துறை (IB), எல்லைப் பாதுகாப்புப்படை (BSF) ஆகியவற்றின் தலைவராகலாம். மாநில அரசின் பதவியான காவல்துறை தலைமை இயக்குநராக (Director General of Police) கூட நீங்கள் உயரலாம்.

குறிப்பு

ஐ.பி.எஸ் மற்றும் ஐ.ஏ.எஸ் அலுவலர்களின் ஊதிய விகிதம் ஏறக்குறைய ஒன்றுதான், அடிப்படை ஊதியமும் ஒன்றுதான். எனினும் ஊதிய விவரங்களை விரிவாகத் தருவதை இங்குத் தவிர்க்கிறேன். IPS அதிகாரியாக நீங்கள் பெறும் ஊதியத்தை விட, அதில் கிடைக்கும் மதிப்பும் மரியாதையும் திருப்தியும் மிக முக்கியமானது; ஒப்பிட முடியாதது. ஊதியம் அவ்வளவு பொருட்டன்று. இப்பணியில் கிடைக்கும் மன நிறைவு மகத்தானது. கிடைக்கும் சமூக அங்கீகாரம் அதை விடச் சிறப்பானது. ஆக, இப்பணியின் சிறப்புகளைப் பணத்தால் அளவிட முடியாது. அதனால்தான் என்னை விட இருமடங்கு ஊதியம் பெறும், பன்னாட்டு நிறுவனத்தில் பணிபுரியும் என் வகுப்புத் தோழர் சொன்னதை இங்கு சமர்ப்பிக்கிறேன். "IPS பணியை எனக்குக் கொடுங்கள்; ஒரு ரூபாய் கூட ஊதியமின்றி பணியாற்ற ஒத்துக் கொள்கிறேன்."

✤✤✤

4. இலக்கை அடைவது எப்படி?

> முயற்சியின்றி முன்னேறிய மனிதர் யாருமில்லை
> -ஐ.ஜி. ஜோன்ஸ்

மத்திய பணியாளர் தேர்வு ஆணையம்
(Union Public Service Commision)

நீங்கள் ஐ.பி.எஸ் (IPS) அதிகாரியாக வர விரும்பினால் மத்திய பணியாளர் தேர்வு ஆணையம் (UPSC) நடத்தும் குடிமைப்பணித் தேர்வில் (Civil Services Examination) தேர்ச்சி பெற வேண்டும். 24 பணித்தொகுதிகளுக்கு இந்த ஆணையம் குடிமைப்பணித் தேர்வை (Civil Services Exam) நடத்துகிறது. சில பணித்தொகுதிகள் வருமாறு,

1. இந்திய ஆட்சிப்பணி (IAS)
2. இந்திய வெளியுறவுப் பணி (IFS)
3. இந்திய காவல் பணி (IPS)
4. இந்திய வருவாய் பணி (IRS)
5. இந்திய அஞ்சல் பணி (IPoS)
6. இந்திய இரயில்வே பணி (IRTS)
7. இந்திய இரயில்வே கணக்கீட்டுப் பணி (IRAS)
8. இந்திய இரயில்வே ஆள்தொகுதிப் பணி (IRPS)
9. இந்திய தகவல் பணி (IIS)
10. இந்திய சுங்கம் மற்றும் கலால் வரிப் பணி (IITS)
11. இந்திய தணிக்கை மற்றும் கணக்கியல் பணி (IAAS)

எல்லா பணிகளுக்கும் சேர்த்து ஆண்டுதோறும் சுமார் 800-லிருந்து 1200-வரையிலான காலியிடங்கள் நிரப்பப்படும். இதில் இந்திய ஆட்சிப்பணிக்கு சுமார் 180 பேர்களும், இந்திய காவல் பணிக்கு சுமார் 100 பேர்களும், மற்றவர்கள் இதர பணிகளுக்கும் தேர்ந்தெடுக்கப்படுவார்கள்.

❖❖❖

5. தகுதி வரைமுறைகள்

ஒவ்வொருவரும் வெற்றி பெற உறுதியேற்கிறார்கள்
ஒரு சிலரே வெற்றிக்காக உழைக்க உறுதியேற்கிறார்கள்

-வின்ஸ் லம்பார்டி

1. குடியுரிமைத் தகுதி

நீங்கள் இந்திய குடிமகனாய் அல்லது குடிமகளாய் இருத்தல் வேண்டும்.

2. வயது

ஆகஸ்ட் முதல் தேதியன்று 21 வயதை அடைந்தவராகவும், 32 வயதை அடையாதவராகவும் இருக்க வேண்டும். ஆனாலும் சில பிரிவினருக்கு வயது வரம்பில் தளர்வு உண்டு.

i) SC / ST பிரிவினருக்கு 5 ஆண்டுகள் தளர்வு. அதாவது 37 வயதுவரை தேர்வு எழுதலாம்.

ii) OBC பிரிவினருக்கு 3 ஆண்டுகள். இப்பிரிவினர் 35 வயதுவரை தேர்வு எழுதலாம்.

iii) முன்னாள் படைவீரர்களுக்கு 5 ஆண்டுகள் தளர்வு. அவர்கள் 37 வயதுவரை தேர்வெழுதலாம்.

iv) மாற்றுத் திறனாளிகளுக்கு வயது வரம்பு :

- பொதுப் பிரிவினருக்கு 10 ஆண்டுகள் தளர்வு. அவர்கள் 42 வயது வரை தேர்வெழுதலாம்.
- OBC பிரிவினருக்கு 13 ஆண்டுகள் தளர்வு. அவர்கள் 45 வயதுவரை தேர்வெழுதலாம்.
- SC / ST பிரிவினருக்கு 15 ஆண்டுகள் தளர்வு. அவர்கள் 47 வயதுவரை தேர்வெழுதலாம்.

குறிப்பு : பத்தாம் அல்லது பன்னிரெண்டாம் வகுப்பு மூல மதிப்பெண் சான்றிதழ் மட்டுமே பிறந்த தேதிக்கான சான்றாகக் கொள்ளப்படும்.

3. கல்வித் தகுதி

ஏதேனும் ஒரு பல்கலைக்கழகத்தால் அங்கீகரிக்கப்பட்ட ஒரு பட்டம். நீங்கள் இளநிலை பட்ட வகுப்பில் இறுதியாண்டு மாணவராக இருப்பினும் முதல்நிலைத் தேர்வை (Preliminary Exam) எழுதலாம். எனினும் முதன்மைத்

தேர்வுக்கு (Main Examination) விண்ணப்பிக்கும்போது, பட்டச் சான்றிதழை விண்ணப்பத்துடன் இணைக்க வேண்டும். தொழில்சார் படிப்புகளான B.E., M.B.B.S., B.D.S., ஆகிய பட்டங்கள் பெற்றோரும் தேர்வு எழுதலாம். பயிற்சி மருத்துவர் கூட இத்தேர்வை எழுதலாம்.

4. எத்தனை முறை எழுதலாம்?

முதல் முயற்சியிலேயே தேர்வில் வெற்றி பெறுவது நன்று. ஏனெனில் இளம் வயதிலேயே பணியில் சேரலாம். அதிக ஆண்டுகள் பணியாற்றலாம்.

ஒருவர் ஆறு முறை இத்தேர்வை எழுதலாம். OBC பிரிவினர் 9 முறை எழுதலாம். SC / ST பிரிவினருக்கும் மாற்றுத் திறனாளிகளுக்கும் இந்தக் கட்டுப்பாடு இல்லை. ஆனால், அவர்கள் அவர்களது வயது வரம்புக்குள் தேர்வு எழுத வேண்டும். முதல்நிலைத் தேர்வை (Preliminary Exam) அடிப்படையாகக் கொண்டுதான் எத்தனை முறை முயற்சி செய்துள்ளீர்கள் என்று கணக்கிடப்படும். அறைகுறையாகத் தயார் செய்தோர் அந்த ஆண்டில் தேர்வை எழுதாமல் விடுவது நல்லது. இல்லையேல், அதனையும் ஒரு முயற்சியாக கணக்கிட்டு மீதமுள்ள முயற்சிகளை (Remaining Attempts) தேர்வாணையம் குறைத்துவிடும்.

5. உடல்தகுதி

உயரம்

ஆண்கள்	பொதுப் பிரிவு, மிகவும் பிற்படுத்தப்பட்ட பிரிவு, பட்டியலிட்ட பிரிவு	165 செ.மீ.
	பழங்குடியினர்	160 செ.மீ.
பெண்கள்	பொதுப் பிரிவு, மிகவும் பிற்படுத்தப்பட்ட பிரிவு, பட்டியலிட்ட பிரிவு	150 செ.மீ.
	பழங்குடியினர்	145 செ.மீ.

மார்பளவு விவரம் :

பிரிவு	மார்பு	
	சுருங்கும் போது	விரியும் போது
ஆண்கள்	84 செ.மீ	89 செ.மீ
பெண்கள்	79 செ.மீ	84 செ.மீ

குறிப்பு : மார்பு விரிவாக்கம் குறைந்தது 5 செ.மீ. இருக்க வேண்டும் என்பதை கவனிக்க. முதல் மருத்துவப் பரிசோதனை (அதாவது நேர்க்காணல் முடிந்தவுடன்) போதுமான விரிவாக்கம் இல்லையெனில், இரண்டாவது மருத்துவப் பரிசோதனைக்கு (முடிவுகள் தெரிந்தபின்) விண்ணப்பிக்கலாம். அப்படி பலர் இரண்டாவது சோதனையின்போது தேறியுள்ளனர்.

சில தேர்வாளர்களுக்கு மார்பளவு அல்லது விரிவாக்கம் குறைவாக இருப்பதால், அவர்கள் உடற்பயிற்சி செய்து மார்பளவை உயர்த்துவது அவசியமாகிறது.

கண்பார்வை : 6/6 அல்லது 6/9 தூரப்பார்வை - குறைபாடற்ற கண்ணிற்கு; 6/12 அல்லது 6/9 தூரப்பார்வை - குறைபாடுள்ள கண்ணிற்கு

கிட்டப்பார்வை J1 - குறைபாடற்ற கண்ணிற்கு;

J2 - குறைபாடுள்ள கண்ணிற்கு

கண்ணில் மாற்றங்கள், லென்ஸ் அணிந்து சரிசெய்தல் வேண்டும். அதாவது லேசர் அறுவை சிகிச்சை மூலம் மாற்றம் செய்வது ஏற்புடையது அல்ல.

நிறக்குருடு சோதனை கண்டிப்பு உடையதாக இருக்கும். மாலைக்கண் நோய் இருத்தல் கூடாது. இரண்டு கண்களிலும் முழுப் பார்வை வேண்டும்.

மாணவர்கள் பலர் உடல்கூறுத் தகுதி பற்றி தொடர்ந்து கேள்விகள் கேட்பதால் சில சந்தேகங்களை இங்கே விளக்குகிறேன்.

சிவில் சர்வீஸ் தேர்வுகளிலே இ.கா.ப. (IPS) என்பது தொழில்நுட்ப பணி என்று கருதப்படுவதால் உடல்கூறு தகுதி மிகவும் கண்டிப்புடையதாக இருக்கும். எனவே, மருத்துவப் பரிசோதனைக்கு தேர்வாளர்கள் அனுப்பப்படுகிறார்கள். கண்பார்வை குறைபாடற்றதாக இருக்க வேண்டும். மயோப்பியா என்ற கண் நோய் –4 என்ற அளவிற்கு மேல் இருத்தல் கூடாது. அதிக அளவு மயோப்பியா இருப்பின், அந்த தேர்வாளர்கள் மருத்துவ குழுவிற்கு பரிசோதனைக்கு அனுப்படுவார்கள். இக்குழுவில் கண் மருத்துவ நிபுணர்கள் மூவர் இருப்பர். அவர்கள் மயோப்பியா என்ற நோய் உள்ளதா ? இல்லையா ? என்று கண்டறிந்து நோயில்லாத மயோப்பியா என்றால் அந்த தேர்வாளரை தெரிவு செய்ய சிபாரிசு செய்வார்கள்.

நோய்வாய்ப்பட்ட மயோப்பியா (Pathelogical Myopia) இருந்தால் IPS பணிக்கு சேர தகுதி இல்லை. மற்றவர்களுக்கு தகுதி உள்ளது. மேலும் விவரங்களுக்கான இணையதள முகவரி http://www.rausias.com

காது :

கேட்கும் திறன் மிகத் தெளிவாக இருத்தல் வேண்டும். 1000 முதல் 4000 அலை வரை கேட்கும் திறனில் 30 டெசிபெல் அளவிற்கு மேலாக இருத்தல் கூடாது.

பேச்சு :

தேர்வாளர்கள் பேசும்போது திக்கித்திக்கி பேசக்கூடாது.

மேலும் விவரங்களுக்கு http://upscportal.com என்ற இணைய தளத்தை பார்க்கவும்.

6. தேர்வுக்கட்டணம்

தேர்வுக்கட்டணம் மிக அதிகமோ என அஞ்ச வேண்டாம். ரூ. 100 மட்டும் கட்டணமாக செலுத்தினால் போதுமானது. பெண்கள், மாற்றுத் திறனாளிகள், SC / ST பிரிவினர் ஆகியோருக்கு கட்டணம் ஏதும் இல்லை.

6. விரும்பி அனுப்பும் விண்ணப்பம்

பேரார்வம் இல்லாமல் பெரிதாய் எதையும் சாதித்து விட முடியாது.

-ரால்ஃ வால்டோ எமர்சன்

UPSC நடத்தும் முதல்நிலை தேர்விற்கு விண்ணப்பிக்கும் அனைவரும் இணையதளத்தின் மூலம் மட்டுமே விண்ணப்பிக்க முடியும். வேறு எந்த வழிமுறைகளிலும் விண்ணப்பிக்க இயலாது. தேர்வாணையத்தின் இணையதள முகவரி www.upsconline.nic.in

விண்ணப்பமானது ஒவ்வொரு ஆண்டும் பிப்ரவரி மாதத்தின் ஒரு குறிப்பிட்ட தேதியிலிருந்து மார்ச் மாதத்தின் ஒரு குறிப்பிட்ட தேதி வரை ஏற்றுக்கொள்ளப்படும்.

தேர்விற்கான பாடத்திட்டம், தேர்வு திட்டம், தேர்வு மையங்கள், விண்ணப்பங்களை பூர்த்தி செய்வதற்கான வழிமுறைகள் போன்ற தேர்வு தொடர்பான அனைத்து சந்தேகங்களுக்கும் விளக்கங்கள் www.upsconline.nic.in (or) www.upsc.gov.in என்ற முகவரியில் கொடுக்கப்பட்டிருக்கும்.

விண்ணப்பதாரர்கள் தேர்விற்கான விண்ணப்பத்தை ஒருமுறை மட்டுமே விண்ணப்பிக்க முடியும். தேர்வு மையங்களையோ, விருப்ப பாடங்களையோ தவறுதலாக பூர்த்தி செய்து விண்ணப்பித்துவிட்டால் மறுமுறை திருத்தி விண்ணப்பிக்க இயலாது. எனவே அறிவிப்பில் குறிப்பிட்டுள்ள அனைத்து தகவல்களையும் கவனமாக படித்து புரிந்துகொண்டு சரியாக விண்ணப்பிக்க வேண்டும்.

அடுத்து, முதன்மைத் தேர்விற்கான விண்ணப்பமும் இணையதளத்தின் மூலமே விண்ணப்பிக்கப்பட வேண்டும். விண்ணப்பம் அனுப்ப வேண்டிய கடைசிநாள் முதல்நிலை தேர்வு முடிந்த பின்னர் தேர்வு ஆணையத்தால் அறிவிக்கப்படும். ஒருமுறை விண்ணப்பம் சமர்ப்பிக்கப்பட்டுவிட்டால் விண்ணப்பதாரரால் திரும்ப பெற இயலாது.

❖❖❖

7. தேர்வுத் திட்டம்
(Plan of Examination)

இந்த உலகில் உள்ள ஒவ்வொன்றுக்கும், ஒவ்வொரு செயல்பாட்டுக்கும் பருவகாலம் என்று ஒன்று உண்டு.

– விவிலியம்

குடிமைப்பணித் தேர்வை எழுதுவதற்குரிய அனைத்துத் தகுதிகளும் உங்களிடத்தில் உள்ளன. ஆர்வமும் உள்ளது. இனி நீங்கள் அறிந்து கொள்ள வேண்டியது தேர்வுத் திட்டமே (Plan of Examination) ஆகும்.

முதலில் இது ஒரு போட்டித் தேர்வு என்பதை மனதில் கொள்ளுங்கள். இத்தேர்வு இரண்டு நிலைகளில் நடைபெறும்.

1. முதல்நிலை அல்லது நுழைவுத் தேர்வு (Preliminary Examination): இத்தேர்வு எழுதும் பல்லாயிரக் கணக்கானோரில் சில ஆயிரம் பேரைச் சலித்து எடுத்து முதன்மைத் தேர்வுக்கு அனுப்புவதே இத்தேர்வின் நோக்கமாகும். கொள்குறி வினாக்கள் (Objective type questions) மட்டுமே இத்தேர்வில் இடம்பெறும். நீங்கள் இத்தேர்வில் தேர்ச்சி பெறும் அளவிற்கு மதிப்பெண்கள் எடுத்தல் வேண்டும்.

2. இரண்டாம்நிலைத் தேர்வு (அல்லது) முதன்மைத் தேர்வு (Main Examination): இதில் எழுத்துமுறை - முதல் நிலைத் தேர்வு (Written Test) மற்றும் நேர்முகத் தேர்வு (Interview Test) என்ற இரண்டு பாகங்கள் உண்டு. இத்தேர்வில் நீங்கள் பெற்றுள்ள தகுதியைப் (Ranks) பொறுத்து தான் பல்வேறு பணிகளில் ஏதாவது ஒரு பணித்தொகுதியில் நீங்கள் பணி அமர்த்தப்படுவீர்கள். இனி இத்தேர்வுகளைப் பற்றி சற்றே விரிவாகப் பார்ப்போம்.

அ. முதல்நிலைத் தேர்வு (Preliminary Examination):

முதல்நிலைத் தேர்வு என்பது இரண்டு தாள்களைக் கொண்ட முதல் கட்டத் தேர்வு ஆகும். இரண்டு தாள்களும் கட்டாயமானது. ஒவ்வொரு தாளுக்கும் தலா 200 மதிப்பெண்கள்.

முதல்நிலைத் தேர்வின் பாடத்திட்டம் கீழே தரப்பட்டுள்ளது.

தாள் - 1 - (மதிப்பெண்கள் 200) - நேரம் - 2 மணி

- தேசிய மற்றும் சர்வதேச முக்கியத்துவம் உள்ள தற்போதைய நிகழ்வுகள்
- இந்திய வரலாறு மற்றும் இந்திய தேசிய இயக்கம்.
- இந்திய மற்றும் உலகப் புவியியல் - பொது, சமூகம் மற்றும் பொருளாதாரக் கண்ணோட்டம்.

- இந்திய அரசியல் மற்றும் ஆட்சி - இந்திய அரசியல் சட்டம், அரசியல் அமைப்பு, பஞ்சாயத்து ராஜ், அரசு பொது கொள்கைகள், அடிப்படை உரிமைகள், மற்றும் பல.
- சமூக மற்றும் பொருளாதார முன்னேற்றம் - நீடிய முன்னேற்றம், வறுமை, மக்கள் தொகையியல், சமூக முன்னேற்றத் திட்டங்கள்.
- சுற்றுப்புற சூழ்நிலையியல் (Environment), சூழலியல், உயிரியல் பல்வகை, பருவநிலை மாற்றம்.
- பொது அறிவியல்.

தாள் - 2 - (மதிப்பெண்கள் 200) - நேரம் - 2 மணி

- புரிந்து கொள்திறன் (Comprehension)
- தகவல் பரிமாற்றுத்திறன் மற்றும் மனிதவளத்திறன் (Inner personnel skills)
- தருக்க ரீதியாக புரிந்து கொள்ளுதல் (Logical Analysis)
- முடிவு எடுக்கும் திறன், தீர்வு காணும் திறன்
- பொது அறிவு ஆற்றல் (General Mental Ability)
- அடிப்படை எண்ணியல் மற்றும் எண்களின் உறவுகள், அவற்றின் விரிவாக்கம், மற்றும் புள்ளி விவரக் கணக்கீடு (10-ஆம் வகுப்பு நிலை)

ஒவ்வொரு தாளும் இரண்டு மணி நேரத்தில் எழுதி முடிக்கப்பட வேண்டும். விரல் நுனியில் விடைகள் இருந்தால் மட்டுமே, கொடுக்கப்பட்டுள்ள விடைகளில் சரியான விடையினைத் தேர்ந்தெடுத்து குறித்துக் காட்ட முடியும். வினாக்கள் இந்தியிலும் ஆங்கிலத்திலும் இருக்கும்.

இந்தத் தேர்வு ஒரு சலித்தெடுக்கும் (Screening test) தேர்வே. எனவே இதில் பெறும் மதிப்பெண்கள் இறுதித் தரத்தை (Ranks) நிர்ணயிக்க உதவாது. முதல்கட்ட தேர்வுக்கு சுமார் 4 லட்சம் பேர் விண்ணப்பிப்பார்கள். ஒவ்வொரு ஆண்டும் ஒரு காலிப்பணியிடத்திற்கு 12 அல்லது 13 மடங்கு தேர்வர்கள் என்ற கணக்கில் இரண்டாம் கட்டத் தேர்வுக்கு ஆணையம் அனுமதிக்கும். சுமார் **10,000** பேர் முதன்மைத் தேர்வு எழுத அனுமதிக்கப்படுவர். பத்தாயிரத்தில் ஒருவராக நீங்கள் வரவேண்டும். அப்போதுதான் முதன்மைத் தேர்வை எழுதி போட்டியில் தொடர முடியும்.

குறிப்பு :

இந்தத் தேர்விற்கான முதல் தாளில் 100 கேள்விகளும், இரண்டாம் தாளில் 80 கேள்விகளும் இருக்கும். கேள்விகள் 'objective type' என்ற முறையில்

பல விடைகளில் ஏதேனும் ஒரு விடையை மட்டும் தேர்ந்து எடுத்து எழுதும் வகையில் இருக்கும். முதல்நிலைத் தேர்வில் இரண்டு தாள்களிலும் போட்டியாளர் விடையளித்திருக்க வேண்டும். ஒரு வேளை இரண்டு தாள்களிலிலும் தேர்வு எழுதவில்லை என்றால் அவர் இப்போட்டியிலிருந்து விடுவிக்கப்படுகின்றார் அல்லது தகுதி இழந்துவிடுகின்றார்.

எதிர்மறை மதிப்பெண் முறை (Negative Mark System)

(அ) ஒவ்வொரு கேள்விக்கும் நான்கு வெவ்வேறு விடைகள் தரப்பட்டிருக்கும். ஒரு கேள்விக்குத் தவறான விடை தருவதாக இருந்தால், அந்தக் கேள்விக்குரிய மதிப்பெண்களில் மூன்றில் ஒரு பங்கு (.33) என்ற வகையில் மதிப்பெண்கள் தண்டனையாகக் குறைக்கப்படும்.

(ஆ) ஒரு போட்டியாளர் ஒன்றிற்கும் மேற்பட்ட விடையைத் தருவதாக இருந்தால் அது தவறான விடை என்று கருதப்படும். இந்த விடைகளில் ஏதேனும் ஒன்று சரியான விடையாக இருந்தாலும் கூட இவருக்குத் தண்டனையாக இக்கேள்விக்கான மதிப்பெண்ணில் மூன்றில் ஒரு பகுதி குறைக்கப்படும்.

(இ) ஒரு குறிப்பிட்ட கேள்விக்கு எந்த விடையையும் தேர்வு செய்யவில்லை என்றால் தண்டனையாக மதிப்பெண் எதுவும் குறைக்கப்பட மாட்டாது.

எதிரிடை மதிப்பெண் வழங்கும் முறை: (எல்லா கேள்விகளுக்கும் ஒரே ஒரு சரியான பதில் மட்டும் என்று இருக்கும் பட்சத்தில்) முதல்கட்டத் தேர்வில் இடம்பெறும் பொது அறிவுப் பாடத்தில் 100 வினாக்கள் உள்ளன என்போம். ஒவ்வொரு வினாவிற்கும் இரண்டு மதிப்பெண்கள். ஒரு தேர்வாளர் 12 வினாக்களுக்கு தவறான பதிலை தெரிவு செய்துள்ளார் என்று வைத்துக்கொள்வோம். இவரது எதிரிடை மதிப்பெண் என்பது $12 \times 1/3 = 4$ ஆகும். இவர் இப்பாடத்தில் வாங்கியிருக்கும் மொத்த மதிப்பெண்களாவது:

மொத்த வினாக்கள்	- 100
சரியான பதில்கள்	- 88
சரியான பதில் மூலம் கிடைத்த மதிப்பெண்கள்	- 176 $\Rightarrow$ (88 × 2)
எதிரிடை மதிப்பெண்	- 4 $\Rightarrow$ (12 × 1/3)
தேர்வாளர் பெற்ற மொத்த மதிப்பெண்	- 172 $\Rightarrow$ (176 – 4)

ஆனால் எதிரிடை மதிப்பெண் என்பது ஒன்றும் புதியதல்ல. NEET, CAT, GMAT, GATE, IIT-JEE, AIEEE, etc. போன்ற போட்டித் தேர்வுகளில் இம்முறை பின்பற்றப்பட்டு வருகிறது. சரியான பதில் தெரியாவிட்டாலும் ஏதேனும் ஒரு பதிலை தேர்ந்தெடுத்து அதன் மூலம் தேர்வாளர்கள் மதிப்பெண் பெறுவதை தடுப்பதற்காகவே இம்முறை அறிமுகப்படுத்தப்பட்டிருக்கிறது. எதிரிடை மதிப்பெண் என்பதால் தேர்வாளர்கள் யூகத்தின் அடிப்படையில் பதில் தருவதை தவிர்ப்பார்கள்.

இருப்பினும் என்னுடைய அறிவுரை இதுவே:

தேர்வாளர்கள் யூகத்தின் அடிப்படையில் பதில் தருவதில் தவறில்லை. ஒருவேளை நான்கு பதில்களில் இரண்டு பதில்கள் தவறானவை என்பதை உறுதிசெய்து விட்டால் மற்ற இரண்டு பதில்களில் ஏதோவொன்றை தேர்ந்தெடுக்கலாம். இதன் மூலம் தேர்ந்தெடுத்த பதில் 50% சரியாக இருக்க வாய்ப்பிருக்கிறது. இன்னும் சொல்லப்போனால், நான்கு பதில்களில் ஏதேனும் ஒரு பதில் நிச்சயமாக தவறு என்று தெரிந்தால் கூட யூகத்தின் அடிப்படையில் அக்கேள்விக்கான பதிலைத் தேர்ந்தெடுக்கலாம். ஆனால் ஒரு பதில் கூட தவறு என்று நிச்சயமாக தெரியவில்லையென்றால் அக்கேள்விக்குப் பதிலளிக்காமலிருப்பதே நன்று.

முதல்நிலை தேர்வு தாள் II–இல் 33% தகுதி மதிப்பெண்கள் பெற வேண்டும். மேலும் தாள் I–இல் முழுதேர்ச்சி பெறுவதற்கான குறிப்பிட்ட தகுதி மதிப்பெண்கள் அவ்வப்போது தேர்வாணையத்தால் நிர்ணயம் செய்யப்படும். இந்த மதிப்பெண்களின் அடிப்படையில்தான் முதல்நிலை தேர்விலிருந்து போட்டியாளர்களை தேர்வு செய்து தேர்வாணையம் அவர்களின் பெயர்களை முதன்மைத் தேர்விற்காக பட்டியலிடும்.

ஆ. முதன்மைத் தேர்வு (Main Examination)

முதன்மைத் தேர்வானது ஒரு போட்டியாளருடைய நினைவாற்றல் சக்தி அல்லது தகவல் தரும் திறமைகளைப் பரிசோதிக்கும் போட்டி என்று சொல்வதை விட அவருடைய ஒட்டு மொத்த அறிவு நுட்பத்தையும் புரிதல் ஆழத்தையும் கண்டுகொள்ளும் ஒரு தேர்வு எனச் சொல்வது சரியாக இருக்கும்.

இத்தேர்வில் நான்கு தாள்கள் (தாள் II, III, IV & V) பொது அறிவைப்பற்றியதாக இருக்கின்றன. இவை நல்ல அறிவார்ந்த மனிதர் ஒருவரால் விடை அளிக்கும் வகையில்தான் கேள்விகளின் தன்மையும் தரமும் இருக்கும். இந்தக் கேள்விகளுக்குப் பதில் சொல்ல எந்த விதமான சிறப்புப்படிப்பும் அவசியமில்லை. பொது அறிவுத் தாள்களில் உள்ள கேள்வி ஒரு போட்டியாளருடைய பொது அறிவு, IAS மற்றும் IPS பணி தொடர்புள்ள பாடங்களில் எந்த அளவிற்கு உள்ளது என்பதை பரிசோதிக்கின்றன. அதுவும் இந்தப் பாடங்களை எந்த அளவிற்கு புரிந்து கொண்டிருக்கிறார். எந்த அளவிற்குச் சிந்திக்கிறார், சமூகப் பொருளாதாரப் பிரச்சனைகளில் எந்த விதமான கருத்துகளைக் கொண்டிருக்கிறார் என்பதை அவர் அளிக்கும் விடைகளில் இருந்து தெரிந்து கொள்ளும் விதத்தில் இந்தத் தேர்வு அமையும். எனவே போட்டியாளர்கள், முன்னுக்குப்பின் தொடர்புடைய கருத்துகளை மட்டும் விடையாகத்தரவேண்டும்.

முதன்மைத்தேர்விற்கான பாடங்கள்:

முதன்மைத்தேர்வானது கீழ்க்கண்ட தாள்களை உள்ளடக்கியது ஆகும்.

கட்டாயத்தகுதித் தேர்வுத்தாள்கள்

தாள் (A) :   இந்திய மொழி   - 300 மதிப்பெண்கள்

இந்திய அரசியல் சட்டப்பிரிவு 8-ல் சொல்லப்பட்ட 22 இந்திய மொழிகளில் ஏதேனும் ஒரு மொழி. உங்களைப் பொறுத்தவரை தமிழ் மொழி இத்தேர்வுக்கு உரியதாகும்.

தாள் (B) :   ஆங்கிலம்   - 300 மதிப்பெண்கள்

தேர்வாளரைத் தேர்ந்து எடுக்க, கணக்கில் கொள்ளப்படும் தேர்வுத்தாள்கள்:

தாள் (I)	-	கட்டுரை	- 250 மதிப்பெண்கள்
தாள் (II)	-	பொது அறிவு (I)	- 250 மதிப்பெண்கள்
தாள் (III)	-	பொது அறிவு (II)	- 250 மதிப்பெண்கள்
தாள் (IV)	-	பொது அறிவு (III)	- 250 மதிப்பெண்கள்
தாள் (V)	-	பொது அறிவு (IV)	- 250 மதிப்பெண்கள்
தாள் (VI)	-	விருப்பப் பாடம் - பகுதி I	- 250 மதிப்பெண்கள்
தாள் (VII)	-	விருப்பப் பாடம் - பகுதி II	- 250 மதிப்பெண்கள்

மொத்தம் எழுத்துத் தேர்வு — 1750 மதிப்பெண்கள்
நேர்முகத் தேர்வு (Personal Interview) — 275 மதிப்பெண்கள்
ஒட்டு மொத்த மதிப்பெண் —2025 மதிப்பெண்கள்

குறிப்பு:

1. இந்திய மொழி (300 மதிப்பெண்கள்) மற்றும் ஆங்கில மொழி (300 மதிப்பெண்கள்). இந்த இரண்டுத் தேர்வுகளும் மெட்ரிக்குலேஷன் (பத்தாம் வகுப்பு) வரையிலான பாடத்திட்டம் என்ற வகையில் மட்டும் தான் இருக்கும். இந்த இரண்டு மொழிகளுக்கான தேர்விலும் வெற்றி பெற வேண்டும் என்பது அவசியமாகும். மொழித்தாள்களில் வெற்றி பெற குறைந்தபட்ச மதிப்பெண் இந்திய மொழிக்கு 30 சதவீதம் என்றும் ஆங்கில மொழிக்கு 25 சதவீதம் என்றும் நிர்ணயிக்கப்பட்டிருக்கிறது. ஆனால் இந்த இரண்டுத் தாள்களில் எடுக்கும் மதிப்பெண்கள் போட்டியாளர்களைத் தேர்வு செய்யும் மொத்த மதிப்பெண்களான 2025 மதிப்பெண்களோடு சேர்க்கப்படமாட்டாது என்பதை மனதில் கொள்ள வேண்டும். ஆனாலும் இவை கட்டாயத்தாள்கள் ஆகும்.

2. ஒரு போட்டியாளர் எழுதிய "கட்டுரை", "பொது அறிவு" மற்றும் "விருப்பப் பாடம்" ஆகியவை தமிழ் மற்றும் ஆங்கிலத் தாள்களோடு ஒரே நேரத்தில் மதிப்பீடு செய்யப்படும். என்றாலும், தமிழ் மற்றும் ஆங்கிலத்தில் ஒரு குறிப்பிட்ட தகுதி மதிப்பெண்களைப் பெற்ற போட்டியாளர்களின் பிற தாள்கள் மட்டுமே மேற்கொண்டு தேர்விற்கு எடுத்துக்கொள்ளப்படும். மொழித்தேர்வில் வெற்றி பெறத் தவறிய போட்டியாளர் அதோடு போட்டியிலிருந்து விலக்கப்படுகிறார்.

3. தாள் I முதல் VII வரையிலான அனைத்துப் பாடங்களின் மதிப்பெண்களும் போட்டியாளரின் இறுதித் தேர்விற்காக எடுத்துக் கொள்ளப்படும். இருப்பினும் வெற்றி பெற ஒவ்வொரு பாடத்திற்கும்

குறைந்தபட்சம் மதிப்பெண்கள் அவசியம் என்ற கோட்பாட்டைத் தேர்வாணையம் மேற்கொள்ளும். எனவே அனைத்துப் பாடங்களிலும் குறைந்தபட்சம் மதிப்பெண்கள் பெற்றிருக்க வேண்டும் என்பது அவசியமாகிறது.

விருப்பப் பாடங்களின் பட்டியல்:

1. வேளாண்மை
2. கால்நடை மருத்துவம்
3. மானுடவியல்
4. தாவரவியல்
5. வேதியியல்
6. கட்டிட பொறியியல் (Civil Engineering)
7. வர்த்தகம்
8. பொருளியல்
9. மின் பொறியியல் (Electrical Engineering)
10. புவியியல்
11. வரலாறு
12. மண்ணியல்
13. சட்டம்
14. மேலாண்மை
15. கணிதம்
16. எந்திரவியல் (Mechanical Engineering)
17. மருத்துவம்
18. தத்துவம்
19. இயற்பியல்
20. அரசியல் அறிவியல்
21. உளவியல்
22. பொது நிர்வாகம்
23. சமூகவியல்
24. புள்ளியியல்
25. விலங்கியல்
26. தமிழ் இலக்கியம் அல்லது ஏதேனும் ஒரு இந்திய மொழி இலக்கியம்

குறிப்பு:

1. மேற்கண்ட தாள்களைத் தமிழ் மொழியில் கூட எழுதலாம். எனவே தமிழ் வழிக்கல்வி கற்றவர்கள் இப்பாடங்களில் ஏதேனும் ஒன்றைத் (தமிழ் மொழி தவிர) தேர்வு செய்ய நேரிட்டால், அப்பாடத்தைத் தமிழ் மொழியிலேயே எழுதலாம். அவ்வாறு தமிழ் மொழியில் விடை அளிப்பதாக இருந்தால் சில தொழில்நுட்ப மற்றும் விஞ்ஞான வார்த்தைகளை ஆங்கிலத்தில் தருவது அவசியமாகிறது.
2. கேள்விகள் ஆங்கிலத்திலும் இந்தியிலும் கேட்கப்பட்டிருக்கும்.
3. கேள்விகள் அனைத்தும் கட்டுரை வடிவில் விடை தரக்கூடிய வகையில் இருக்கும்.
4. ஒவ்வொரு தாளுக்கும் விடையளிக்க 3 மணி நேரம் ஒதுக்கப்படும்.

முதன்மைத் தேர்வு பாடத்திட்டம்:

ஆங்கிலம் மற்றும் தமிழ் தகுதித் தேர்வு

இந்தத் தேர்வின் நோக்கமே, போட்டியாளருக்கு உரைநடையை வாசிக்கவும், புரிந்துகொள்ளவும் புலமை உள்ளதா, மற்றும் அவருக்கு தான் சொல்ல விரும்பும் கருத்துகளைத் தெளிவாகவும் சரியாகவும் ஆங்கிலத்திலும் தமிழிலும் வெளிப்படுத்த முடிகிறதா என்பதைச் சோதிப்பதாகும்.

கீழ்க்கண்டவாறு மொழித்தாள் கேள்விகள் அமையும் :

(i) வாக்கியத்தைப் புரிந்து கொள்ளுதல் (Comprehension)

(ii) சுருக்கி எழுதுதல் (Precise writing)

(iii) பயன்பாடு மற்றும் சொற்களஞ்சியம் (Usage and vocabulary)

(iv) சிறு கட்டுரை (Short Essay)

தமிழ் மொழித்தாளில் ஒரு ஆங்கிலக் கட்டுரையைத் தமிழில் மொழி பெயர்க்கும் விதமாக ஒரு கேள்வி அமையும். அது போல தமிழ் மொழி கட்டுரை ஒன்றை ஆங்கிலத்தில் மொழி பெயர்க்கும்படியும் ஒரு கேள்வி இருக்கும்.

குறிப்பு:

(அ) தமிழ் மற்றும் ஆங்கிலப் பாடத்தாள்கள் ஒரு கட்டாயத் தேர்வு தான். இவைகளில் எடுக்கும் மதிப்பெண்கள் போட்டி மதிப்பெண்களில் சேர்ப்பது இல்லை. அதாவது இறுதித் தேர்வுப் பட்டியலில் இடம் பெற

இது உதவாது. இவை தகுதித்தேர்வு (Qualifying Examination) மட்டுமே என்பதை நினைவில் கொள்ள வேண்டும்.

(ஆ) ஆங்கில மொழித்தாளை ஆங்கிலத்திலும் தமிழ் மொழித்தாளை தமிழிலும் எழுத வேண்டும் *(மொழி பெயர்த்தல் பகுதி தவிர)*

தாள் - I
கட்டுரை

ஏதேனும் ஒரு பொருள் (தலைப்பு) குறித்து ஒரு கட்டுரை எழுத வேண்டும். பல கட்டுரைக் கேள்விகள் தரப்பட்டிருக்கும். ஏதேனும் ஒன்றைத் தேர்ந்தெடுத்து எழுதினால் போதுமானது. ஐந்திலிருந்து எட்டு கட்டுரைத்தலைப்புகளில் ஏதேனும் ஒன்றைத் தெரிவு செய்ய வேண்டும்.

எழுதப்படும் கட்டுரையானது கேட்கப்பட்ட கேள்வியை ஒட்டி அமைதல் வேண்டும். கருத்துகள் கோர்வையாக தரப்படுதலும் வேண்டும். சுருக்கமாக கருத்தைத் தெரிவிப்பதும் அவசியமாகிறது. தெளிவான விடைக்கும் திறன்மிக்க வெளிப்படுத்தலுக்கும் அதிக மதிப்பெண் உண்டு.

தாள்-II
பொது அறிவு-I

இந்திய பாரம்பரியம் மற்றும் கலாசாரம், உலக சரித்திரம் மற்றும் புவியியல், சமூகவியல்

(1) இந்திய கலாசாரம், மொழி, கட்டடக்கலை ஆகியவற்றின் முக்கிய அம்சங்கள்.

(2) 18-ஆம் நூற்றாண்டின் நடுப்பகுதி (1750) முதல் இன்று வரையிலான நவீன வரலாற்று முக்கிய நிகழ்வுகள், மாமனிதர்கள், பிரச்சனைகள்.

(3) சுதந்திரப் போராட்டம் - இதன் பல காலக்கட்டங்கள், இந்தியாவின் பல்வேறு பகுதியிலிருந்தும் முக்கியமாக இதில் பங்கேற்றவர்கள், அவர்களின் பங்களிப்புகள்.

(4) சுதந்திரத்திற்குப் பின்னர் நடந்த இந்திய நாடு சீரமைத்தல், ஒன்று சேர்த்தல்.

(5) உலக வரலாறு: 18-ஆம் நூற்றாண்டு தொடங்கிய தொழிற்புரட்சி, உலகப்போர்கள், நாடுகளின் எல்லை நிர்ணயம், பிறநாடுகளை அடிமைப்படுத்துதல், சுதந்திர வரலாறு, கம்யூனிசம், சோசலிசம்,

முதலாளித்துவம் போன்ற அரசியல் தத்துவங்கள் மற்றும் அவை சமுதாயத்தில் ஏற்படுத்திய மாற்றங்கள்.
(6) இந்திய சமுதாயத்தின் குறிப்பிடத்தக்க அம்சங்கள்; இந்தியாவின் வேற்றுமை, வேற்றுமையில் ஒற்றுமை.
(7) பெண்கள் மற்றும் பெண்ணிய அமைப்புகளின் நிலை மற்றும் அவர்களின் பங்களிப்பு; மக்கள்தொகை, அது சார்ந்த பிரச்சனைகள், ஏழ்மை, சமூக முன்னேற்றம், நகரமயமாக்கல் அதன் பின்விளைவுகள், அதற்கானத் தீர்வுகள்.
(8) உலக மயமாதல், அது இந்தியாவில் ஏற்படுத்திய தாக்கம்
(9) சமூக அதிகாரமளித்தல் (Social empowerment), கம்யூனிசம், பிராந்தியவாதம் மற்றும் மதச்சார்பின்மை.
(10) உலகின் கட்டமைப்புப் புவியியல்
(11) உலகின் இயற்கை வளங்களின் வினியோகம், குறிப்பாக தெற்கு ஆசியா மற்றும் இந்தியா. இந்தியா உட்பட உலகின் பல்வேறு பகுதிகளில் முதன்மை, இரண்டாம் நிலை மற்றும் மூன்றாம் நிலை துறைகளின் இருப்பிடத்திற்கான காரணிகள்.
(12) பூமியின் பரப்பில் நிகழும் இயற்கைப் பேரிடர்கள், நிலநடுக்கம், சுனாமி, எரிமலை, புயல்.
(13) முக்கியமான புவிதோற்ற நிகழ்வுகளான, சுனாமி, எரிமலை வெடிப்பு, புயல் மற்றும் புவியின் பல அம்சங்கள், அவற்றின் இருப்பு, புவியியல் மாறுதல்களும் அவை ஏற்படுத்தும் விளைவுகளும் (நீர் நிலைகள் மற்றும் பனிக்கட்டி பொழிவு) மற்றும் தாவரங்கள், விலங்கினம் ஆகியவற்றில் ஏற்படுத்தும் மாற்றங்கள்.

தாள் - III
பொது அறிவு - II
நிர்வாகம், ஆட்சித்திறன், அரசியல் சட்டம், கொள்கை, சமூக நீதி மற்றும் சர்வதேச உறவு.

(i) இந்திய அரசியல் சட்டம் - சரித்திர பின்னணி, உருவாக்கம், தன்மைகள், சட்டத்திருத்தங்கள், முக்கிய அம்சங்கள், அடிப்படைக் கட்டமைப்பு.

(ii) மாநிலம் மற்றும் மத்திய அரசுகளின் பணி மற்றும் கடமைகள்; மைய அமைப்பின் பிரச்சனைகள் மற்றும் சவால்கள்; அதிகார பகிர்வு, பொருளாதார பகிர்வு, அதைப்பற்றிய சவால்கள்.

(iii) பல அங்கங்களுக்குள் அதிகாரங்கள் பிரித்தல், வழக்குகள் தீர்த்து வைக்கும் முறை, அதற்கான கட்டமைப்புகள்.

(iv) இந்திய அரசியல் சட்டத்தைப் பிறநாட்டுச் சாசனங்களுடன் ஒப்பிடுதல்.

(v) பாராளுமன்றம் மற்றும் மாநில சட்டமன்றங்கள் கட்டமைப்பு - கடமைகள், செயல்பாடுகள், அதிகாரம் மற்றும் உரிமைகள் இவற்றில் வரும் பிரச்சனைகள்.

(vi) அரசு செயலாக்கப்பிரிவு மற்றும் நீதித்துறையின் கட்டமைப்பு, அமைப்பு மற்றும் செயல்பாடுகள்: அரசு, அமைச்சர்கள், அரசுத்துறைகள், அழுத்தம் தரும் கூட்டமைப்புகள், சங்கங்கள், அவற்றின் பங்களிப்பு.

(vii) மக்கள் பிரதிநிதித்துவச் சட்டம் - சிறப்பு அம்சங்கள்.

(viii) அரசியல் சட்டத்தில் உருவான பல்வேறு துறைக்கான தேர்வுகள், இது போன்ற அரசியலமைப்பில் ஏற்பட்ட நிறுவனங்களின் அதிகாரம், செயல்பாடு மற்றும் கடமைகள்.

(ix) சட்டங்களால் ஏற்படுத்தப்பட்ட முறைப்படுத்துவதற்கான மற்றும் நீதித்துறை அதிகாரமுள்ள நிறுவனங்கள் மற்றும் அமைப்புகள்.

(x) சமூக முன்னேற்றத்திற்கான அரசு திட்டங்கள், அவை ஏற்படுவதிலும் நிறைவேற்றுவதிலும் ஏற்படும் சிரமங்கள்.

(xi) சமூக முன்னேற்ற நிலைகள், முன்னேற்றத்தில் தன்னார்வத் தொண்டு நிறுவனங்கள், சுயமுன்னேற்றக் குழுக்கள், கூட்டுக்குழுக்கள், அறக்கட்டளைகள், நிதியளிப்பு நிறுவனங்கள் மற்றும் பங்களிப்போர்.

(xii) மத்திய மற்றும் மாநில அரசுகளின் சமூகத்தில் பின் தங்கியோருக்கான நலத்திட்டங்கள்; இத்திட்டங்களின் செயல்பாடுகள், செயல்முறைகள், மற்றும் இத்திட்டங்களின் சாதனைகள்; நலிந்த பிரிவினரைப் பாதுகாக்கவும் முன்னேற்றம் காணவும் ஏற்படுத்தப்பட்ட அமைப்புகளும் நிறுவனங்களும்.

(xiii) சுகாதாரம், கல்வி, மனிதவளம் ஆகியவற்றை நிர்வகிக்கும் சமூக சேவை மற்றும் கல்வி நிறுவனங்களைத் தோற்றுவித்தலும், பராமரித்தலும்.

(xiv) ஏழ்மை மற்றும் பசி பற்றிய பிரச்சனைகள்.

(xv) ஆட்சி முனைப்பு, நிர்வாகத்தின் வெளிப்படை, பொறுப்பு; மின்அணு நிர்வாகம் - பயன்பாடுகள், மாதிரிகள், வெற்றிகள், குறைபாடுகள், வாய்ப்புகள், குடிமக்கள் சட்டங்கள்.

(xvi) ஜனநாயகத்தில் குடிமைப் பணிகளின் பங்கு.

(xvii) இந்தியாவும் அதன் அண்டை நாடுகளும் - உறவுகள்.

(xviii) இந்தியா - இருநாடுகளுக்கிடையே, சில நாடுகளுக்கிடையே மற்றும் உலகளாவிய குழுக்கள் மற்றும் ஒப்பந்தங்கள், இதில் இந்தியாவிற்கு ஏற்படும் நன்மை தீமைகள்.

(xix) வளர்ந்த மற்றும் வளர்ந்து வரும் நாடுகளின் கொள்கைகள் மற்றும் அரசியல் - இதனால் இந்தியாவிற்கு ஏற்படும் விளைவுகள்.

(xx) முக்கிய சர்வதேச நிறுவனங்கள், முகவாண்மைகள் அவற்றின் கட்டமைப்பு மற்றும் பணிகள்.

தாள் - IV

பொது அறிவு III : தொழில்நுட்பம், பொருளாதார வளர்ச்சி, உயிரியல் வேற்றுமை, சுற்றுச்சூழல், பாதுகாப்பு மற்றும் பேரிடர் மேலாண்மை.

(i) இந்திய பொருளாதாரம் மற்றும் திட்டமிடல்; மூலாதாரங்களைத் திரட்டுதல், வளர்ச்சி, முன்னேற்றம் மற்றும் வேலை வாய்ப்புகள் தொடர்பான பிரச்சனைகள்.

(ii) உள்ளார்ந்த வளர்ச்சி மற்றும் அதனால் ஏற்படும் சிக்கல்கள்.

(iii) அரசாங்க வரவுசெலவு திட்டம் (Budget)

(iv) இந்தியாவின் பல பிராந்தியங்களில் முக்கியப் பயிர் திட்டங்கள்; நீர்ப்பாசன முறைகள், பாசன வகைகள், நீர்த்தேக்கம், போக்குவரத்து, விவசாய விளை பொருள் விற்பனை, இவைகளில் ஏற்படும் சவால்கள், மின்னணு தொழில்நுட்பங்கள், விவசாயத்திற்கு உதவி செய்யும் விவரங்கள்.

(v) நேரடியான அல்லது மறைமுகமான அரசு மானியங்கள்; அவற்றின் விளைவுகள், பொது வினியோகத்திட்டத்தின் நோக்கங்கள், செயலாக்கம், குறைபாடுகள் மற்றும் திருத்தி அமைத்தல்; உணவு பாதுகாப்பு மற்றும் உணவு தேக்கி வைத்தல், தொழில்நுட்ப நோக்கங்கள், கால்நடை வளர்ப்புப் பொருளாதாரம்.

(vi) இந்தியாவின் உணவு பதப்படுத்தும் மற்றும் அதனுடன் தொடர்புடைய தொழில் - அதன் வீச்சு, முக்கியத்துவம், இடங்கள், தேவைகள், தொடர் வழங்கல் மேலாண்மை.

(vii) இந்தியாவில் நில சீரமைப்பு முயற்சிகள்.

(viii) பொருளாதாரத் தளர்த்துதல் நடவடிக்கைகளின் விளைவுகள், தொழில் கொள்கையில் மாற்றம், அவற்றின் பின்விளைவுகள், தொழில் வளர்ச்சி.

(ix) தொழில் கட்டமைப்பு - துறைமுகங்கள், மின்சார சேவைகள், விமான தளங்கள், இரயில் போக்குவரத்து.

(x) முதலீட்டு மாதிரிகள்

(xi) அறிவியல் மற்றும் தொழில்நுட்பம் - தொழில் முன்னேற்றம் மற்றும் அவற்றின் செயல்பாடுகள் மற்றும் வாழ்க்கை முறையில் ஏற்படும் மாற்றங்கள்.

(xii) அறிவியல் மற்றும் தொழில்நுட்பம்; உள்ளூர் தொழில்நுட்ப தயாரிப்பு, புது விஞ்ஞான கண்டுபிடிப்பு ஆகியவற்றில் இந்தியரின் பங்கேற்பு மற்றும் சாதனைகள்.

(xiii) தகவல் - தொழில்நுட்பம் (IT), விண்வெளி, கணினி, ரோபோடிக்ஸ், நானோ - தொழில்நுட்பம், உயிரி தொழில்நுட்பவியல் மற்றும் அறிவு நுட்பம் பாதுகாப்புச்சட்டம் ஆகியவை தெரிந்திருத்தல்.

(xiv) இயற்கை வளம் பாதுகாப்பு, சுற்றுச்சூழல் மாசுபடல் மற்றும் சுற்றுச்சூழல் சீர்கேடு, சுற்றுச்சூழல் அழிப்பு கணக்கிடல். பேரிடர் மற்றும் பேரிடர் மேலாண்மை.

(xv) உள்நாட்டுப்பாதுகாப்பு - அரசு மற்றும் அரசு அல்லாத வெளிநாட்டு சக்திகளின் பங்கு.

(xvi) தொலைத்தொடர்பு இணையங்கள் மூலமாக உள்நாட்டுப் பாதுகாப்பிற்கு ஏற்படும் சவால்கள், உள்நாட்டுப் பாதுகாப்புப்

பிரச்சனைகளில் ஊடகங்கள் மற்றும் சமூக இணையதளங்களின் பங்கு, கணினிப் பாதுகாப்பு, கருப்புப் பணப்புழக்கம், அதனைத் தடுக்கும் நடவடிக்கைகள்.

(xvii) எல்லைப் பகுதியில் இருக்கும் பாதுகாப்புச் சவால்கள் மற்றும் மேலாண்மை. தீவிரவாதத்தின் வளர்ச்சிக்கும் பரவலுக்கும் இடையிலான தொடர்புகள்.

(xviii) திட்டமிட்டு செய்யும் குற்றங்களுக்கும் தீவரவாதிகளுக்கும் உள்ள தொடர்பு.

(xix) பல்வேறு உள்நாட்டுப் பாதுகாப்பு நிறுவனங்களும் அவற்றின் கடமைகளும்.

தாள் - V

பொது அறிவு IV : நெறிமுறைகள், நேர்மைத்திறன் மற்றும் மனப்பான்மை: இந்தத் தேர்வுத்தாளானது ஒரு போட்டியாளரின் நெறிமுறைகள் தொடர்பான சமுதாயத்தின் பிரச்சனைகளை சமாளிக்கும் மனநிலையை சோதிப்பதாக இருக்கும். அவையாவன:

நேர்மைத்திறன், பொதுவாழ்வில் தூய்மை, பிரச்சனைகளை எதிர் கொள்ளுதல் மற்றும் தீர்த்து வைத்தல்; ஒன்றோடொன்று முரண்பாடான பிரச்சனைகளைத் தீர்த்து வைத்தல். ஒரு மாதிரி சூழ்நிலையைச் சுட்டிக்காட்டி போட்டியாளரின் கருத்தை கேட்கலாம். தரப்படும் விடையிலிருந்து அவரது குணாதிசயங்களைக் கணக்கிடலாம்.

கீழ்க்காணும் பொதுவான விஷயங்களில் கேள்விகள் கேட்கப்படும்:

(i) **அறம் மற்றும் வாழ்வியல் நெறிகள்:**

மனித செயலில் அறத்தின் அம்சம், நாணய காரண காரியம் மற்றும் அதன் விளைவுகள், தனிப்பட்ட மற்றும் பொது உறவுகளில் நெறிமுறை. அறத்தின் பல பரிமாணங்கள். மனித உயர் கொள்கைகள், உயர்ந்த மனிதர்கள், சீர்திருத்தவாதிகள் மற்றும் நிர்வாகிகள் வாழ்வு முறைகளிலிருந்து நாம் பெறும் பாடங்கள், குடும்பம், சமூகம் மற்றும் கல்வி நிலையங்களுக்குள்ள நற்பண்புகள், இவற்றின் கடமைகள்.

(ii) மனப்பான்மை; அதன் அம்சங்கள், கட்டமைப்பு மற்றும் செயலாக்கம், சிந்தனை மற்றும் செயலுடன் உள்ள தொடர்பு : நீதி நெறி மற்றும்

அரசியல் மனப்பான்மை, ஒரு சாராருக்கு மட்டும் உதவாத்தன்மை, நடுநிலைமை, பொதுப்பணியில் அர்ப்பணிப்பு, பிறர் சூழ்நிலையில் நம்மை பார்ப்பது, சகிப்புத்தன்மை, எல்லோரிடமும் காட்டும் பரிவு.

(iii) உணர்ச்சி நுண்ணறிவு; அடிப்படைத் தன்மைகள், நிர்வாகம் மற்றும் ஆட்சிப்பணியில் இவற்றின் முக்கியத்துவம் மற்றும் பங்களிப்பு.

(iv) நெறிமுறை: இந்தியா மற்றும் உலக சிந்தனையாளர்கள் மற்றும் தத்துவ ஞானிகளின் பங்களிப்பு.

(v) குடிமைப்பணியின் மனித மதிப்பீடுகள் மற்றும் பொது நிர்வாகத்தின் செயல் கொள்கைகள், அறிவியல் உண்மை அதன் பிரச்சனைகள், நேர்மைத்திறன்; அதில் அரசுத்துறையில் மற்றும் தனியார் துறையில் ஏற்படும் கருத்து வேறுபாடுகள்; சட்டம், விதிகள், மனசாட்சி ஆகியவை நேர்மைத்திறனை உயர்த்துதல்; அறிவியல் மற்றும் வாழ்வியல் நெறிகளை பலப்படுத்துதல், சர்வதேச வரவு மற்றும் நிதி வழங்குதலில் அறிவியல், தனியார் நிறுவனங்களில் ஆட்சி முறை.

(vi) அரசு நிர்வாகத்தில் ஒழுங்கு: அரசுப் பணியின் மாட்சி, சிறப்பம்சங்கள், அரசுப் பணி மற்றும் மாட்சியின் தத்துவ அடிப்படை, அரசுத் துறையில் தகவல் பரிமாற்றம், அரசுப்பணியில் வெளிப்படை, தகவல் உரிமை சட்டம், அறவியல் விதிகள், நடத்தை விதிகள், குடிமக்களின் நடத்தை விதிகள், வேலைக்கலாசாரம், பணியின் தரம், பொது நிதி செலவிடல், ஊழலுக்கெதிரான சவால்கள்.

(vii) மேலே சொல்லப்பட்டவற்றின் மாதிரி நிகழ்வுகள்.

தாள் VI மற்றும் VII :

போட்டியாளர் விருப்பப்பாடப் பட்டியலில் தரப்பட்ட 26 பாடங்களில் ஏதேனும் ஒரு பாடத்தைத் தேர்வு செய்து கொள்ளலாம். தேர்வு செய்த பாடத்தின் பாடத்திட்டமும் தரப்பட்டுள்ளது.

சுருக்கம்: (மனதில் ஆழப்பதிவு செய்ய, மீண்டும் இந்தப்பகுதி தரப்படுகிறது)

முதன்மைத்தேர்வு, 9 தாள்களை உள்ளடக்கியது. கேள்விகள் கட்டுரை வடிவில் இருக்கும். தமிழ் மற்றும் ஆங்கிலத்தாள்கள் தகுதித் தேர்வுகளே; அவற்றில் தேர்வு பெற்றிருத்தல் வேண்டும். மற்ற தாள்களில் அதிக மதிப்பெண்கள் பெற நீங்கள் முயற்சி செய்ய வேண்டும். அவையாவன :

உங்களைத் தேர்ந்தெடுக்க கணக்கில் கொள்ளப்படும் தேர்வுத்தாள்கள்.

தாள் (I)	- கட்டுரை	- 250 மதிப்பெண்கள்
தாள் (II)	- பொது அறிவு (I)	- 250 மதிப்பெண்கள்
தாள் (III)	- பொது அறிவு (II)	- 250 மதிப்பெண்கள்
தாள் (IV)	- பொது அறிவு (III)	- 250 மதிப்பெண்கள்
தாள் (V)	- பொது அறிவு (IV)	- 250 மதிப்பெண்கள்
தாள் (VI)	- விருப்பப் பாடம் - பகுதி I	- 250 மதிப்பெண்கள்
தாள் (VII)	- விருப்பப் பாடம் - பகுதி II	- 250 மதிப்பெண்கள்
மொத்தம் எழுத்துத் தேர்வு		**- 1750 மதிப்பெண்கள்**
நேர்முகத் தேர்வு (Personal Interview)		**- 275 மதிப்பெண்கள்**
ஒட்டு மொத்த மதிப்பெண்		**- 2025 மதிப்பெண்கள்**

விருப்பப் பாடத்தைத் தேர்வு செய்தல்

விதவிதமான பலவற்றில் ஒன்றைத் தேர்ந்தெடுப்பது மிகக் கடினம்

- அபட் அலாய்ன் வல்

நீளமான விருப்பப்பாடப் பட்டியலில் எதைத் தேர்ந்தெடுத்து அதிக மதிப்பெண் பெறலாம் என்று யோசிக்கிறீர்கள். இது தொடர்பான சில பயனுள்ள கருத்துகளைத் தருகிறேன்.

முதன்மைத் தேர்வு (Main Examination)

இத்தேர்வுக்கு ஒரு பாடத்தை மட்டும் விருப்பப்பாடமாகத் தேர்வு செய்து படிக்க வேண்டும் என்பதை அறிவீர்கள். விருப்பப் பாடம் என்பது கல்லூரியில் படித்த பாடமாக இருப்பதைத்தான் நீங்கள் விரும்புவீர்கள். அதுவே நல்லது என்றும் நான் கூறுவேன்.

ஆனால், உங்கள் அடிப்படை அறிவு, ஆர்வம், தொடர்புடைய நூல்கள் கிடைப்பதற்கான வாய்ப்பு - அவற்றைப் பொறுத்தும் கூட விருப்பப்பாடத்தைத் தெரிவு செய்யலாம். மிக முக்கியமாக உங்களுக்கு பிடித்த, நீங்கள் விரும்பி படிக்கும் பாடமாக அது அமைவது நல்லது. அப்படி இருக்கும்போது நீங்கள் கல்லூரியில் பட்டப் படிப்பில் படிக்காத ஒரு பாடத்தை கூட தெரிவு செய்ய முடியும்.

உங்கள் தாய்மொழியில் நீங்கள் வல்லவராயிருந்தால் அதனை விருப்பப்பாடமாகத் தேர்ந்தெடுப்பது மிகவும் சிறந்தது என்பேன்.

மொழிப்பாடம் பள்ளிப் பருவத்தில் கடினமாகத்தோன்றியிருக்கலாம். ஆனால், இப்போது ஒரு பட்டதாரி இளைஞன் அல்லது இளம்பெண் என்ற முறையில் மொழிப்பாடத்தை எளிதாகப் புரிந்து படிக்கலாம்.

‘ உங்கள் அடிப்படை அறிவு, ஆர்வம், தொடர்புடைய நூல்கள் கிடைப்பதற்கான வாய்ப்பு - அவற்றைப் பொறுத்தும் கூட விருப்பப்பாடத்தைத் தெரிவு செய்யலாம். மிக முக்கியமாக உங்களுக்கு பிடித்த, நீங்கள் விரும்பி படிக்கும் பாடமாக அது அமைவது நல்லது. அப்படி இருக்கும்போது நீங்கள் கல்லூரியில் பட்டப் படிப்பில் படிக்காத ஒரு பாடத்தை கூட தெரிவு செய்ய முடியும். ’

வரலாறு, புவியியல், பொது நிர்வாகம், சமூகவியல், அரசியல் அறிவியல் மற்றும் தமிழ்மொழி போன்ற பாடங்களுக்குத் தொடர்புடைய நூல்கள் எளிதில் கிடைக்கும். பயிற்சி மையங்களும் சென்னை, புதுடில்லி, ஹைதராபாத் ஆகிய இடங்களில் உள்ளன.

உளவியல் அல்லது ஆங்கில இலக்கியம் போன்ற பாடங்களை மிகவும் நேசிப்பவராக நீங்கள் இருந்தால், அவற்றை விருப்பப்பாடமாகத் தேர்ந்து எடுத்துப் படிக்கலாம். இவை ஆர்வத்தைத் தூண்டும் பாடங்கள் மட்டுமல்ல, அதிக மதிப்பெண்கள் பெற உதவும் பாடங்களும் ஆகும்.

நான் சொன்னதற்காகவோ, நண்பர்கள் மற்றும் உறவினர்கள் சொன்னதற்காகவோ விருப்பப்பாடத்தைத் தேர்ந்தெடுக்காதீர்கள். விருப்பப்பாடத் தேர்வு உங்கள் தனிப்பட்ட விருப்பமாக அமையட்டும். 'அழுதாலும் பிள்ளை அவள்தானே பெற வேண்டும்' என்னும் வகையில் நீங்கள்தான் பாடத்தைப் படிக்க வேண்டும். பாடத்தில் பேரார்வம் இல்லை என்றால், அப்பாடத்தை குறுகிய காலத்தில் படித்து அதிக மதிப்பெண் எடுப்பது என்பது இயலாத காரியமாகும். அதே பாடத்தை மற்றவர்கள் பட்டப்படிப்பிலோ, பட்டமேற்படிப்பிலோ பல ஆண்டுகள் படித்திருக்கலாம். அவர்களோடு போட்டியிட வேண்டும் என்பதை மனதில் கொண்டு பாடத்தைத் தேர்வு செய்யுங்கள்.

இ. நேர்முகத் தேர்வு (Personality Test)

முதன்மைத் தேர்வு முடிவுகள் மார்ச் மாதத்தில் வெளியாகும். தேவையான மதிப்பெண்கள் நீங்கள் பெற்றிருந்தால், புதுடில்லியில் நடைபெறும் நேர்முகத் தேர்வுக்கு அழைக்கப்படுவீர்கள். நான்கு உறுப்பினர்களும் ஒரு தலைவரும் கொண்ட வல்லுநர் குழு உங்களுக்கு நேர்முகத்தேர்வை நடத்தும். உங்களைப் பற்றிய விவரங்கள் அனைத்தையும் அவர்கள் வைத்திருப்பர். பொதுஅறிவு மற்றும் நீங்கள் படித்த பாடங்களில் நுணுக்கமான வினாக்களை கேட்பார்கள். இத்தேர்வின் நோக்கம் குடிமைப்பணிக்கு நீங்கள் பொருத்தமானவரா என்பதை அறிவது தான். மேலும் உங்களுடைய மனப்பாங்கினை (Mental Calibre) அறிய முயல்வதும் இத்தேர்வின் நோக்கமாகும்.

> அழுதாலும்
> பிள்ளை
> அவள்தானே
> பெற வேண்டும்

அறிவாற்றல், சமூகப்பண்பு, நாட்டு நடப்புகளில் ஆர்வம் இவற்றை சோதிப்பதும் நேர்முகத்தேர்வின் மற்றொரு நோக்கமாகும்.

மேலும் சில தனித்தன்மைகள் உங்களிடத்தில் உள்ளதா என்பதையும் இத்தேர்வின் முடிவில் அறிவர். எடுத்துக்காட்டாக, மன அளவில் சுறுசுறுப்பாயிருத்தல் (Mental alertness), எதையும் சட்டென தன்வயமாக்கிகொள்ளும் அறிவுக் கூர்மை (Critical Power of Assimilation), தெளிவுடன் கூடிய பகுத்தறிவு வெளிப்பாடு (Clear and Logical Exposition), நடுநிலை சார்ந்த முடிவெடுக்கும் திறன் (Fair play), பன்முகத்தன்மையும் ஆழமும் உடைய ஆர்வக் கூறுகள் (The depth of curiosity), சமூகத்துடன் ஒன்றிணையும் திறன் (Ability of social Cohesion), சீரிய தலைமைப்பண்பு (Leadership abilities), நுண்ணறிவு மற்றும் நேர்மைப் பண்பு (Integrity) ஆகியவற்றைத் துல்லியமாக கண்டறியும் முயற்சியில் நேர்காணல் நடத்துபவர்கள் ஈடுபடுவார்கள்.

ஏதோ குறுக்குக் கேள்விகள் கேட்டு மடக்கும் நோக்கில் நேர்முகத் தேர்வு இருக்கும் என்று எண்ணாதீர்கள். இயல்பான நல்ல நோக்கத்துடன் கூடிய கலந்துரையாடலாகத்தான் நேர்முகத் தேர்வு இருக்கும். மலருக்கு ஊறு செய்யாமல் வண்டு தேனை உறிஞ்சுவது போல், இயல்பாக உரையாடி உங்கள் உளத்திறன்களை உரசிப் பார்ப்பார்கள்.

இந்தச் சமயத்தில் வின்ஸ்டன் சர்ச்சில் அவர்களுடைய உளத்திறனை வெளிப்படுத்தும் சிறு உரையாடலை நினைவுபடுத்துவது பொருத்தமாக இருக்கும்.

இங்கிலாந்து நாட்டின் பாராளுமன்ற உறுப்பினர் நான்ஸி ஒரு முறை சர்ச்சிலைப் பார்த்துச் சொன்னார்.

நான்ஸி : "நான் மட்டும் உங்கள் மனைவியாக இருந்தால் உங்களுக்குத் தரும் காபியில் நஞ்சைக் கலந்து விடுவேன்".

இதைக் கேட்ட உடனே, சர்ச்சில் சிரித்துக்கொண்டே சொன்னார்.

"நான் மட்டும் உன்னுடைய கணவனாக இருந்தால் அதை மகிழ்ச்சியோடு குடித்துவிடுவேன்".

"உன் போன்றோருடன் வாழ்வதை விட சாவதே மேல்" என்ற கருத்தை திமிருடன் கேள்வி கேட்ட அப்பெண்ணிடம் மறைமுகமாகவும் அதே வேளையில் சாமர்த்தியமாகவும் பதில் அளித்தார் சர்ச்சில். சர்ச்சில் போல எல்லோரும் அறிவாளிகள் அல்லர். அப்படி இருக்கவேண்டுமென்று

"மலருக்கு ஊறு செய்யாமல் வண்டு தேனை உறிஞ்சுவது போல், இயல்பாக உரையாடி உங்கள் உளத்திறன்களை உரசிப் பார்ப்பார்கள்."

நேர்முகத்தேர்வு நடத்துபவர்கள் எதிர்பார்க்கவும் மாட்டார்கள். இருப்பினும் நேர்முகத் தேர்வில் சில சமயம் வினோதமான வினாக்களும், சமயோசிதமான விடைகளும் அமைந்து சூழலைக் கலகலப்பாக ஆக்குவதும் உண்டு. ஒருமுறை திரு. கே. பி. எஸ். மேனன் என்பவர் நேர்முகத் தேர்வில் பங்கேற்க அறைக்குள் நுழைகிறார். தரைக்கம்பளம் தடுக்கிவிட, சற்றே தடுமாறிப் பின்னர் சுதாரித்துக் கொள்கிறார்.

அதைப் பார்த்த நேர்முக குழுத்தலைவர்

"What is it" என்று கேட்கிறார்.

நாமாக இருந்தால், 'மன்னிக்க வேண்டும், கால் தடுக்கி விட்டது' என்று சொல்லி, ஒரு அசட்டுப் புன்னகையை உதிர்த்திருப்போம். ஆனால் மேனன் என்ன சொன்னார் தெரியுமா ?

"It's nothing but a pronoun sir"

வினாவில் இருந்த "it" என்னும் சொல்லை மட்டும் குறிப்பிட்டு, அது பெயர்பிரதிச்சொல் (pronoun) என்றார். அவர் சமயோசிதமாக விடை சொன்ன பாங்கைக் கண்டு வினா விடுத்தவர்கள் வியந்தார்களாம்.

உங்கள் பாடப் புலமையை மட்டும் சோதிப்பது இத்தேர்வின் நோக்கமல்ல. அதை நீங்கள் எழுதிய தேர்வின் மூலம் அறிந்திருப்பார்கள்.

உங்களைச் சுற்றி, மாநிலத்தில், நாட்டில், உலகில் என்ன நிகழ்கிறது (current affairs) என்பதை நீங்கள் அறிந்து வைத்திருக்க வேண்டும். புதிய கண்டுபிடிப்புகள், புதிய போக்குகள், புதிய சித்தாந்தங்கள் - இவற்றைத் தெரிந்து வைத்திருக்க வேண்டும்.

இந்த நேர்முகத்தேர்வு புதுடில்லியில் ஏப்ரல்-மே மாதங்களில் நடைபெறும். எனவே அந்தக் கோடைக்கு ஏற்ற எளிய பொருத்தமான உடையணிந்து செல்லுதல் நல்லது. நீங்கள் ஓர் இளைஞராக இருந்தால், ஒரு கருநிற (dark colour) முழுக்கால் சட்டையும், ஒரு வெளிர் நிற முழுக்கை சட்டையும் அணிந்து செல்லலாம். கழுத்துப் பட்டை (tie) அணிந்து செல்வதும் சிறப்பாகவே இருக்கும். கருப்பு நிற ஷு, இடையில் கறுப்பு நிற பெல்ட் ஆகியன

உங்கள் புறத்தோற்றத்தை முழுமையாக்கும். முடித்திருத்தமும், சவரமும் செய்து மிடுக்குடன் சென்றால் ஒரு நல்லெண்ணத்தை (Good impression) ஏற்படுத்த முடியும். "First impression is the best impression" என்பதை மறக்கக் கூடாது.

நீங்கள் ஓர் இளம்பெண்ணாக இருப்பின் மென்மையான வண்ணத்தில் அமைந்த பருத்திப் புடவையை அணிந்து செல்லலாம். இது நான் தரும் சின்ன ஆலோசனைதான்; இந்த ஆடை அணிதலை உங்கள் முடிவுக்கே விட்டுவிடுகிறேன். ஆனால், மிக அதிக அளவில் ஒப்பனை (make-up), மூக்கைத் துளைக்கும் வாசனைத் திரவியங்கள் (scents) உபயோகிக்காமல் இருப்பது நல்லது. இயற்கையான ஒப்பனையும் இந்திய கலாசார உடைகளை அணிவதையும் நேர்முகத்தேர்வாளர்கள் விரும்புவார்கள் என்றே கூறுவேன். நேர்முகத் தேர்வைப் பற்றி மேலும் அறிந்துகொள்ள நான் எழுதிய 'Principles of Successs in Interview' என்ற நூலை படிக்கவும்.

எப்போது சிகரத்தை எட்டுவீர்?

இறுதித் தகுதிப் பட்டியலுக்கு எடுத்துக் கொள்ளும் மொத்த மதிப்பெண்கள் 2025.

தாள் வாரியான மதிப்பெண் விவரம் வருமாறு

தாள் (I)	-	கட்டுரை	-	250 மதிப்பெண்கள்
தாள் (II)	-	பொது அறிவு (I)	-	250 மதிப்பெண்கள்
தாள் (III)	-	பொது அறிவு (II)	-	250 மதிப்பெண்கள்
தாள் (IV)	-	பொது அறிவு (III)	-	250 மதிப்பெண்கள்
தாள் (V)	-	பொது அறிவு (V)	-	250 மதிப்பெண்கள்
தாள் (VI)	-	விருப்பப் பாடம் - பகுதி I	-	250 மதிப்பெண்கள்
தாள் (VII)	-	விருப்பப் பாடம் - பகுதி II	-	250 மதிப்பெண்கள்
		மொத்தம் எழுத்துத் தேர்வு	-	1750 மதிப்பெண்கள்
நேர்முகத் தேர்வு			-	275 மதிப்பெண்கள்
ஒட்டு மொத்தம்			-	2025 மதிப்பெண்கள்

தேர்வாளர்கள் 2025க்குப் பெறும் மதிப்பெண்களை இறங்கு வரிசையில் பட்டியலிடுவர். அதில் இட ஒதுக்கீடு விதிகளின்படி முதல் 1000 பேரைத் தேர்ந்தெடுப்பர். பின்னர் தேர்ந்தெடுக்கப்பட்ட

தேர்வாளர்களின் விருப்பப்பணி எது என்று பார்த்து (முதன்மைத்தேர்வு விண்ணப்பத்தில் இவ்விவரம் கேட்கப்படும்) உங்களுக்கு IAS அல்லது IFS அல்லது IPS அல்லது IRS போன்ற பணிகள் ஒதுக்கப்படும். நீங்கள் தர வரிசைப் பட்டியலில் முதலில் இருப்பதாக இருந்தால் நீங்கள் விரும்பிய பணியான IAS அல்லது IPS பணி கிடைக்கும். இது கிட்டத்தட்ட +2 தேர்வுகள் முடிந்து நுழைவுத்தேர்வு எழுதி பின்னர் "Counselling" நடத்தி மருத்துவக்கல்லூரிக்கும், பொறியியல் கல்லூரிக்கும் அனுமதி தருவது போன்ற முறையாகும்.

முதல் 200 பேர்களுக்கு IAS அல்லது IFS பணிகள் ஒதுக்கப்படும். அடுத்த சுமார் 100 பேருக்கு IPS பணி ஒதுக்கப்படும். OC பிரிவினர் 150 வரை, OBC பிரிவினர் 200 வரை, SC/ST பிரிவினர் 225 வரை என்ற அளவில் தர எண் பெற்றிருந்தால் IPS பணி கிடைப்பது உறுதி. இதற்குக் கீழ் உங்கள் பெயர் இப்பட்டியலில் இருப்பின் IRS போன்ற பிற பணிகள் ஒதுக்கப்படும். இன்னும் சற்று கீழே தரப்பட்டியலில் இடம் பெற்றுள்ளீர்கள் எனினும் காவல்துறைப் பணியான சீருடைப் பணியில் சேர உடம்புக் கணக்காய் உள்ளீர்கள் என்றால் உங்களுக்கு Group - B (காவல்) பணியில் சேர வாய்ப்பளிக்கப்படும். அதாவது டெல்லி, அந்தமான், பாண்டிச்சேரி, இலட்சத் தீவு போன்ற யூனியன் பிரதேசங்களில் போலீஸ் அதிகாரியாக பணியாற்ற வேண்டும். 10 ஆண்டுகள் பணி நிறைவுக்குப் பிறகு அப்பணியில் சேர்ந்தவர்களுக்கு IPS அந்தஸ்து வழங்கப்படும். இதற்கு Conferred IPS என்று பெயர்.

✤✤✤

8. பணித்தொகுதி ஒதுக்கீடு

துணிவோடு முன்னேறுவோர்க்கு அதிர்ஷ்டமும் கைகொடுக்கிறது.

- ஜூலிசெண்ட்

இந்தியக் குடிமைப்பணித் தேர்வாணையம் வெளியிடும் தேர்ச்சிப்பட்டியலில் உங்கள் பெயர் இடம் பெற்றிருந்தால் உங்களுக்கு நிச்சயம் ஒரு பணித்தொகுதி ஒதுக்கப்படும். தரவரிசை உயர்வாக இருந்தால் IPS பணி கிடைப்பது உறுதி. உங்களுக்கு ஏதேனும் மாநிலங்களிலோ, யூனியன் பிரதேசங்களிலோ ஒதுக்கீடு தரப்படும்.

தரப்பட்டியலில் மேலே இருந்தால் சொந்த மாநிலத்திலேயே பணி ஒதுக்கீடு செய்யப்படும். சற்றுக் கீழே இருந்தால் பிற மாநிலங்களில் பணி ஒதுக்கீடு செய்யப்படும். இன்னும் கீழே இருப்பின் யூனியன் பிரதேசங்களில் (Group B Service- IPS அல்லாத காவல் அதிகாரி) பணியமர்த்தப்படுவீர்கள். பொதுவாக ஒரு மாநிலத்தில் உள்ள காலியிடங்களில் 1/3 பங்கு அதே மாநிலத்தைச் சேர்ந்தவராகவும், 2/3 பங்கு பிற மாநிலத்தைச் சேர்ந்தவராகவும் பணி அமர்த்தப்படுவார்கள்.

எனவே நீங்கள் உங்கள் சொந்த மாநிலத்தில் பணிபுரிய விரும்பினால், IPS தேர்ச்சிப் பட்டியலில் மேல்பகுதியில் ஒருவராக இருக்க வேண்டும். உங்களது மாநிலத்திலிருந்து IPS தேர்ச்சி பெற்றவர்களில் நீங்கள் முதலிடம் பிடித்திருந்தால் உங்கள் மாநிலத்திலேயே பணியமர்த்தப்படுவது உறுதியாகிவிடுகிறது. ஒருவேளை நீங்கள் விரும்பும் தமிழ்நாட்டிற்கு ஒதுக்கீடு கிடைக்கவில்லை என்றால் தமிழ்நாடு அல்லாத மாநிலங்களுள் உங்களுடைய விருப்ப மாநிலத்தைக் கேட்கலாம். அதாவது, தமிழ்நாடு கிடைக்காமல் போய்விட்டால் கேரளா, ஆந்திரா அல்லது கர்நாடகா போன்ற மாநிலங்களுக்கு ஒதுக்கீடு செய்ய நீங்கள் கோரலாம். அம் மாநிலங்களில் இடங்கள் நிரப்பப்படாமல் இருப்பின் அது உங்களுக்கு ஒதுக்கப்படும்.

இதையெல்லாம் மனதில் வைத்து, தேர்வுக்குத் தயார் செய்ய வேண்டும். நல்ல மதிப்பெண்களை முதன்மைத்தேர்விலும், நேர்முகத்தேர்விலும் எடுத்தல் வேண்டும். அப்போதுதான் உறுதியாக சொந்த மாநிலத்தில் IPS அதிகாரியாக பணியில் அமர முடியும்.

❖❖❖

9. இனிய தேர்விற்கு இன்றே தயாராவீர்

> ஒரு நீண்ட நெடும்பயணம் ஒரு சிறிய அடியை எடுத்து வைப்பதில் தான் தொடங்குகிறது.
>
> - சீனப் பழமொழி

குடிமைப்பணித் தேர்வு என்பது பொதுத்தேர்வு அல்ல. அது ஒரு போட்டித் தேர்வு. பொதுத்தேர்வில் எழுதியோர் அனைவரும் கூட தேர்ச்சி பெறலாம். ஆனால் போட்டித் தேர்வில் கடினமாக உழைப்பவர்களுக்கு மட்டுமே தேர்ச்சி கிடைக்கும். தீவிர தொடர்முயற்சியும் திட்டமிடுதலும் வெற்றிக்கு அடிப்படையாகும்.

முதல்நிலைத் தேர்விலும் (Preliminary Examination), முதன்மைத் தேர்விலும் (Main Examination) பொதுஅறிவு வினாக்கள் அதிகளவில் இடம்பெறும். அறிவியல், இந்திய வரலாறு, விளையாட்டு, இந்திய அரசியலமைப்பு, இந்தியப் பொருளாதாரம் போன்ற பாடங்களிலிருந்து வினாக்கள் இடம் பெறும். இவற்றை பள்ளிப் பருவத்தில் படித்திருந்தாலும், 'இன்று புதியதாய்ப் பிறந்தோம்' என்று பாரதியார் கூறுவாரே - அவ்வாறு இப்பாடங்களைப் புதியதாகப் படிப்பது நல்லது. ஆழ்ந்து படிக்கவும், சிந்தித்துப் பழகவும் வேண்டும். கேள்விகள் சிந்தித்து விடை தரக்கூடிய அளவில் தான் இருக்கும் என்பதில் ஐயமில்லை.

என்னுடைய ஆலோசனை இது. 1 முதல் 12 ஆம் வகுப்பு வரையிலான NCERT பாடநூல்களைச் சேகரித்துப் படியுங்கள். நாட்டு நடப்புத் தொடர்பான வினாக்கள் தவிர மற்றவை இப்பாடநூலிருந்தே கேட்கப்படுகின்றன. இப்புத்தகங்களை படிக்கும்போது ஒவ்வொரு பாடமும் அதில் சொல்லப்பட்ட செய்திகளும் படிப்பதற்கு எளியதாகவும், இனியதாகவும், புத்துணர்ச்சி தருவதாகவும் இருப்பதோடு இதை எல்லாம் நாம் முன்னர் படித்தோமா ! என்ற ஆச்சரியமும் ஏற்படும். இந்த நல்ல உணர்வு (feeling) தான் இப்பாடங்களைப் படித்தவர்களுக்கு பிரதிபலன் (incentive) என்பதை உணர்ந்து படித்தால், நல்ல ஆர்வம் ஏற்படும். ஆர்வம் ஏற்பட்டால் இப்புத்தகங்களை படிப்பதே ஒரு இனிமையான அனுபவம் (Pleasant Experience) ஆக அமையும். எனவே படியுங்கள்.

செய்தித்தாள்களை ஆர்வமோடு படித்தல் வேண்டும். இந்திய அளவிலும் உலக அளவிலும் நடக்கும் நிகழ்வுகளை உன்னிப்பாக கவனிக்க வேண்டும். பொருளாதாரம், அரசியல், வெளியுறவு, இயற்கை சீரழிவு, தட்பவெப்ப மாற்றம், அறிவியல், உலக நாடுகளின் கூட்டமைப்பு போன்றவற்றில் அதிக அக்கறை காட்ட வேண்டும். சுமார் 60 சதவீத கேள்விகள் செய்தித்தாளின் அடிப்படையிலான கேள்விகளாகவே இருக்கின்றன.

கீழே குறிப்பிடப்பட்டுள்ள மாத இதழ்களை (Magazines) தவறாமல் படிக்க வேண்டும்.

1. Competition Success Review
2. Pratiyogita Darpan
3. Economic and Political Weekly
4. Frontline
5. Civil Services Chronicle

அதுபோல இந்திய அரசாங்கத்தின் பிரசுரமான கீழ்கண்ட நூல்களைப் படிக்க வேண்டும்.

India Year Book
Kurushetra
Yojana
Science Reporter
Down to Earth Magazine
Press Information Bureau
Institute of Defence Studies and Analysis (PRSindia.org)
All India Radio - News Analysis
RSTV - YouTube Videos
RSTV - இதன் முக்கிய நிகழ்ச்சிகள்

1. Big Picture, 2. Science Monitor, 3. India's World, 4. Policy Watch, 5. State of the Economy, 6. Question of Science

முதல்நிலைத் தேர்வுக்கு நீங்கள் விரிவாகப் (Extensive study) படிக்க வேண்டும். முதன்மைத் தேர்வுக்கு ஆழ்ந்து (Intensive study) படிக்க வேண்டும்.

❋❋❋

10. படிப்பதன் தத்துவங்கள்
(Principles of Learning)

பல்லாயிரக்கணக்கான மாணவர்கள் விடிய விடிய கண் விழித்துப் படித்து தேர்வை எழுதினாலும், முறையாகத் தேர்வுக்குத் தயார் செய்தவர்களே அதிக மதிப்பெண்களைப் பெறமுடிகிறது. கஷ்டப்பட்டு படிப்பதை விட, புத்திசாலித்தனமாக படிப்பது நல்லது. எம் முறையில் படித்தால் அதிக பலன் கிடைக்குமோ அம்முறையில் படித்தல் வேண்டும். இங்கு சில பயனுள்ள கல்வி தத்துவங்களைத் தர விரும்புகிறேன். இத்தத்துவங்களைப் பற்றிய அறிவு, உங்கள் படிப்பாற்றலை அதிகரிக்கும் என்பதில் எந்த ஐயமும் இல்லை.

அ) பாடத்தில் ஆர்வம் (Interest in the subject)

எந்த ஒரு பாடத்திலோ பொருளிலோ நாம் அதிக ஆர்வத்தைக் காட்டுகிறமோ அவை நமக்கு நன்கு புரியும், நீண்ட காலத்திற்கு நினைவிலும் நிற்கும் என்பது தான் கல்வியின் அடிப்படைக் கோட்பாடு. கல்வி அறிவு அவ்வளவாக இல்லாதவர் கூட ஒரு திரைப்படத்தை பார்த்துவிட்டு, அந்த படத்தின் பெயர், நடித்த நடிகர்கள், இசையமைப்பாளர் மற்றும் பாடல் வரிகள் ஆகியவற்றை பல மாதங்களுக்குப் பின்னும், ஏன் பல ஆண்டுகளுக்குப் பிறகும் நம்மால் நம்பமுடியாத அளவிற்கு எந்த பிழையுமின்றி சொல்வதைக் கேட்கிறோம். இதற்கு என்ன காரணம்? அவர்கள் அத்திரைப்படத்தை பேரார்வத்துடன் பார்ப்பதே ஆகும். கிரிக்கெட் மீது ஆர்வம் உள்ள மாணவர்கள் இந்திய கிரிக்கெட் அணி மட்டும் அல்ல; உலகிலுள்ள அனைத்து அணி வீரர்களையும் அவர்களது சாதனைகளையும் எப்படி நினைவில் வைத்துள்ளார்கள்? இது சாத்தியமாக ஒன்றே ஒன்று தான் காரணமாக இருக்கக்கூடும். கிரிக்கெட் விளையாட்டின் மீதுள்ள அசாதாரணமான ஆர்வமே ஆகும். நீங்களும் படிக்கும் பாடத்தின் மீது ஆர்வமும், ஆசையும் கொண்டால் அவைகளை படிப்பதே ஒரு நல்ல இன்ப உணர்வாகவும் உற்சாகமூட்டும் நிகழ்வாகவும் இருக்கும். பாடத்தில் சொல்லப்பட்ட செய்திகளும் புரியும். அவை உங்கள் மனதில் நிலைத்து நிற்கவும் செய்யும்.

ஆ) பாடத்தைப் புரிந்துகொள்வல்
(Understanding the subject)

பாடத்தை முழுமையாக புரிந்து கொண்டால் தான், அப்பாடப் பொருள் மனதில் பதியும். அப்படி நினைவில் நின்றால் தான், தேர்வில் கேட்கப்படும் வினாக்களுக்குத் தெளிவான மற்றும் சரியான விடைகளை எழுத முடியும். வெறும் மனப்பாடம் செய்வதால் மட்டும் ஒரு வினாவிற்குரிய விடையை தேவையான விவரங்களுடன் எழுதிவிட முடியாது. இதற்கு ஓர் எடுத்துக்காட்டைத் தர முடியும். அமெரிக்க நாட்டில் ஏழாம் வகுப்பு பயிலும் மாணவர்களிடம் நீல லிட்மஸ்தாளின் நிறம் என்ன எனும் எளிய கேள்வியைத்தான் கேட்டனர். பாதிக்கும் மேற்பட்ட மாணவர்கள் நீலத்தைத் தவிர மற்ற நிறங்களைக் குறிப்பிட்டார்கள். விடை வினாவிலேயே இருக்கிறது. எனினும் புரிந்து கொள்ளாமல் படித்ததால் இப்படி தவறான விடையைத் தந்தார்கள். எனவே பாடங்களை நன்றாக புரிந்து முறையாகப் படிக்க வேண்டும். இதற்கு நான் கூறும் ஒரு எளிய வழி உண்டு. நீங்கள் பள்ளி அல்லது கல்லூரி மாணவராக இருந்தால் ஆசிரியர் விரிவாக பாடத்தை நடத்துவதற்கு முன்னதாக, நீங்கள் ஒருமுறை அப்பாடத்தைப் படித்துவிட்டு வகுப்பிற்குச் செல்ல வேண்டும். ஆசிரியர் பாடம் நடத்தும் போது அப்பாடம் புரியாமல் போனால் அவரிடம் சந்தேகம் எழுப்பி சரியாக புரிந்து கொள்ள வேண்டும். ஒரு வரையறையை (Definition) எப்படி புரிந்து படிப்பது என்பதற்கு ஓர் உதாரணத்தை தருகிறேன்.

"The centre of gravity of an object is a fixed point through which the entire weight of the object acts; irrespective of the position of the object".

இந்த வரையறையில் நிறைய கருத்துகள் புரிந்து கொள்ள வேண்டியுள்ளன.

i) புவியீர்ப்பு மையம் (centre of gravity) என்பது ஒரு பொருளுக்கு (object) மட்டும் பொருந்தும். வேறு எதற்காகவும் பொருந்தாது.

ii) புவியீர்ப்பு மையம் என்பது ஒரு நிரந்தர பகுதி (fixed point); இது மாறுவது இல்லை.

iii) இந்த புவியீர்ப்பு மையத்தின் வழியாக ஒரு பொருளின் மொத்த எடையும் இயங்கும். ஒரு குறிப்பிட்ட எடை மட்டும் அல்ல.

iv) ஒரு பொருளின் இருப்பு (position) மாறினாலும் புவியீர்ப்பு மையம் (centre of gravity) மாறுவதில்லை.

மேலே சொன்ன இத்தனை உண்மைகள் இந்த வரையறையில் புதைந்து கிடக்கிறது. இவற்றை புரிந்து கொண்டால் மட்டுமே இந்த வரையறையை எளிதில் புரிந்து கொண்டு தவறின்றி பதில் எழுத முடியும்.

இ) சிந்தனையும், பகுத்தலும்
(Thinking & Analysing)

ஒரு பாடத்தைப் படிக்கும் போது ஏன், எதற்கு, எப்போது, எங்கு, எப்படி, என சிந்திக்க வேண்டும். வகுத்தும் பகுத்தும் பார்க்க வேண்டும். எடுத்துக்காட்டாக உலக நாடுகள் பற்றியும், இந்தியாவைப் பற்றியும் ஒப்பிட்டுப் படிப்பதாக வைத்துக் கொள்வோம். இந்தியநாடு 3.28 மில்லியன் சதுர கிலோமீட்டர் பரப்புடையது. மற்ற நாடுகளின் பரப்பளவையும் பட்டியலிட்டுப் படிப்பதைவிட கொஞ்சம் பகுத்துப் பார்க்க வேண்டும். மேற்சொன்ன இந்தியாவின் பரப்பளவு பூமியின் மொத்த பரப்பளவில் 2.4 விழுக்காடு ஆகும். பரப்பளவில் இந்தியா உலகில் ஏழாவது நாடாகும். உலகின் மிகப்பெரிய நாடு ரஷ்ய ஐக்கிய நாடாகும். (இப்பொழுது இந்நாடு பல சிறிய நாடுகளாகிவிட்டன). இரண்டாவது மிகப்பெரிய நாடு கனடா ஆகும். உலகிலேயே மிகச்சிறிய நாடு வாட்டிகன் ஆகும்.

மக்கள் தொகையை பொறுத்தவரையில் சில விவரங்களை பகுத்துப் பார்க்க வேண்டும். இந்தியாவில் 135 கோடி மக்கள் வாழ்கிறார்கள். இது உலக மக்கள் தொகையில் 17.5 விழுக்காடு ஆகும். இந்தியாவை விட மக்கள் தொகை மிகுந்த நாடு சீனா. இவ்வரிசையில் மூன்றாவது நாடு அமெரிக்கா. இன்னும் கொஞ்சம் பகுத்துப் பார்த்தால் ஒரு பாகிஸ்தான் நாடே இந்தியாவில் இருப்பதை உணரலாம். ஆம், இந்தியாவில் வாழும் இஸ்லாமியர்களின் எண்ணிக்கை 19.5 கோடி, பாகிஸ்தானில் 20 கோடி. இவ்வாறாக நன்கு சிந்தித்துப் பாடத்தைப் பகுத்தும் வகுத்தும் பல சிறு தலைப்புகளில் தொகுத்தும் படித்தால் பாடப்பொருள் நன்கு புரியும். வாழ்நாள் முழுவதும் அவை நினைவில் நிற்கும்.

உங்கள் சிந்தனைத் திறனைத் தூண்டும் வகையில் இங்கு புதிர் (Problem) ஒன்றை விடுக்கிறேன். ஒருவர் சென்னையிலிருந்து மைசூர் செல்ல வேண்டும். செல்லும் வழியில் சத்தியமங்கலக் காடுகளில் மாட்டிக் கொள்கிறார். இக்காட்டில் வெள்ளை மனிதர்களும், நீல மனிதர்களும் உள்ளனர். வெள்ளை மனிதர்கள் எப்போதும் உண்மை பேசுபவர்கள். நீல மனிதர்கள் பொய் பேசுபவர்கள். ஒரு சந்திக்கு வந்துவிட்டார் நம் நண்பர். அங்கிருந்து ஒரு சாலை மைசூருக்கும், இன்னொரு சாலை மதுரைக்கும்

செல்கிறது. அங்கு ஒரு மனிதர் நின்று கொண்டிருக்கிறார். இருட்டில் அவர் வெள்ளை மனிதரா அல்லது நீல மனிதரா என்று தெரியவில்லை. அவரிடம் ஒரே ஒரு கேள்வி கேட்டு மைசூர் செல்லும் வழியைக் கண்டுபிடித்தல் வேண்டும். கேள்விக்கு பதில் ஆம், இல்லை, என்று அமையும்படி கேள்வி கேட்க வேண்டும். அவரிடம் நீங்கள் வெள்ளை மனிதரா என்ற கேள்வி கேட்டாலும் அதில் எந்த பலனும் இருக்காது. ஏனெனில் வெள்ளை மனிதரும் 'ஆம்' என்று பதில் தருவார். நீல மனிதரும் 'ஆம்' என்று பதில் தருவார். என்ன சிந்திக்கத் தொடங்கி விட்டீர்களா ? சிந்தியுங்கள். உங்களுக்கு ஒரு துப்புத் (clue) தருகிறேன். ஒரே ஒரு கேள்வி மட்டும் கேட்க வேண்டும், ஆதலால், வெள்ளை மனிதரும், நீல மனிதரும் ஒரே பதில் தரும் வகையில் உங்களது கேள்வி இருத்தல் வேண்டும் என்பதே அந்தத் துப்பு.

கண்டுபிடியுங்கள், பார்ப்போம். இந்தக் கேள்வியின் விடையை இங்கு தருவதாக இருந்தால் நீங்கள் சிந்திப்பதை தவிர்த்து விட்டு விடையைப் படிப்பீர்கள். எனவே இதற்கான விடையை இந்நூலின் ஒருபகுதியில் தரப்படுகிறது. உங்களால் கண்டுபிடிக்க முடியவில்லையெனில் இந்நூலை படித்து முடிக்கும் முன்னர் அதற்கான விடையையும் தெரிந்துகொள்வீர்கள்.

ஈ) சிறு குறிப்புகளும், குறியீட்டுச் சொற்களும் (Mnemonics)

சில பெயர்த் தொகுதிகளை அல்லது கோட்பாடுகளை குறியீட்டுச் சொற்களாக மாற்றி நினைவில் வைத்தால் எளிதாக மனதில் நிற்கும். எடுத்துக்காட்டாக VIBGYOR என்னும் குறியீட்டுச் சொல் சூரிய ஒளிக்கற்றையிலுள்ள ஏழு நிறங்கள் அலை நீளத்தின் அடிப்படையில் நிரல்பட அமைந்திருப்பதைக் குறிக்கும். இந்த குறியீட்டுச் சொல்லின் உதவியின்றி ஏழு வண்ணங்களை எப்படி வரிசைப்படுத்த முடியும் ?

வெப்பத்தை சென்டிகிரேடிலிருந்து ஃபாரன்ஹீட்டாக மாற்றுவதற்கு சுருக்கமாக நினைவு வைத்துக் கொள்ளும் சூத்திரமும் உண்டு.

$^oC \times 9/5 + 32 = {}^oF$

$^oF - 32 \times 5/9 = {}^oC$

அதேபோல் அடியை மீட்டராக மாற்றுவதும், மைலை கிலோமீட்டராக மாற்றுவதும் எளிதுதான்.

Feet × 3/10=Meter; எடுத்துக்காட்டு (30′× 3/10=9 meters)

Kilometer × 5/8=Mile; எடுத்துக்காட்டு (80Km×5/8=50 miles)

ஒரு கேள்வியின் பதிலில் உள்ள கருத்துகளை (points) எப்படி Mnemonics மூலமாக எளிதில் மனதில் பதிய வைக்க முடியும் என்பதற்கு ஓர் எடுத்துக்காட்டை சொல்ல விழைகிறேன்.

Causes for the Second World War:

அ) The Treaty of Versailes

ஆ) Failure of the League of Nations

இ) The rise of Japan

ஈ) The rise of dictatorship

உ) Conflict of ideologies

ஊ) The problem of minorities

எ) Weakness of the Democratic states

ஏ) Armament Race

ஐ) Economic needs of European powers.

ஒ) Hitler's Aggressive nature.

இந்த பத்து points-களையும் மனதில் பதியவும் தேர்வில் தவறாமல் எழுதவும் ஒரு வழிமுறையைப் பாருங்கள்.

முதலாம் உலகப்போர் முடியும் போது 'Treaty of Versailes' என்ற ஒப்பந்தம் செய்யப்பட்டது. இது ஒரு காகிதத்தில் தானே எழுதப்பட்டிருக்கும்? எனவே அந்தக் காகிதத்தால் நீங்கள் ஒரு படகு செய்கிறீர்கள். அதை கடலில் ஓடவிடுகிறீர்கள். ஆனால் இது ஒரு காகிதமாயிற்றே அது Failure ஆகிவிட்டது - Failure of League of Nations. அப்போது கடலில் திடீரென்று ஒரு பெரிய மனிதன் எழுகிறான் - Rise of Japan. அவனுக்குப் போட்டியாக இன்னொரு பெரிய மனிதன் எழுகிறான் - Rise of dictatorship. இரண்டு பெரிய மனிதர்களும் மோதுகிறார்கள் - Conflict of ideologies. மோதல் நடக்கும்போது, சின்ன சின்ன மனிதர்கள் கடலில் தோன்றி இருவருக்கும் தொல்லை தருகிறார்கள் - Problem of Minorities. இரண்டு பெரிய மனிதர்களும் அந்த minorities-களைத் தாக்கி பலவீனப்படுத்துகிறார்கள் - Weakness of Democratic states. இப்போது இரண்டு பெரிய மனிதரில் ஒருவர் துப்பாக்கியை (arms) கையில் எடுத்து சுடுகிறார். அதை பார்த்ததும் மற்ற பெரிய மனிதன் ஓடுகிறார். இவர் துரத்துகிறார் - Armament Race. தப்பி ஓடிக் கொண்டிருப்பவருக்கு துப்பாக்கி வாங்க பணம் (Economy)

தேவைப்படுகிறது - Economic needs of European power. தப்பி ஓடுபவரிடம் பணம் கிடைத்துவிட்டது. இப்போது தன்னைத் துரத்துபவர் யார் என்று பார்க்கிறார். அவர் யாருமில்லை, ஹிட்லரே தான் - Hitler's Aggressive nature.

இந்த பத்து கருத்துகளும் இரண்டாம் உலகப்போருக்கான காரணங்கள் - பத்தாம் வகுப்பில் 10 மதிப்பெண்களுக்கான பதிலாகும். இப்படி ஒரு கற்பனை செய்து படித்தபிறகு அனேக மாணவர்கள் ஒரு கருத்தைக்கூட விடாமல் வரிசை பிறழாமல் பதில் சொன்னதை நானே கண்டு மகிழ்ந்திருக்கிறேன்.

இந்த முறையினைத் தெரிந்து கொண்டால் மட்டும் போதாது, பயன்படுத்துதல் வேண்டும். பயிற்சி செய்து பாருங்கள், எந்தப் பாடத்தைப் படிப்பதும் ஆனந்தமான விளையாட்டாக முடியும்.

இவ்வாறு குறியீட்டுச் சொற்களை உருவாக்கிக் கொண்டு நீங்கள் பெயர், வருடம், நிகழ்ச்சிகள் போன்றவற்றை நினைவில் நிறுத்தலாம். இந்த முறையை mnemonics அல்லது memory crutches என்று ஆங்கிலத்தில் குறிப்பிடுவதுண்டு.

உ) மீண்டும் மீண்டும் படித்தல் / கேட்டல் (Repetition)

மீண்டும் மீண்டும் படித்தலும் கேட்டலும் நினைவாற்றலை அதிகரிக்கும். தினந்தோறும் செய்தித்தாளைப் படிப்பதாலும், வானொலி மற்றும் தொலைக்காட்சி செய்திகளைக் கேட்பதாலும் நம் நாட்டின் பிரதமர் பெயரை எளிதில் நினைவில் வைத்துக் கொள்கிறோம். ஆனால் எப்போதோ ஒருமுறை படிப்பதால் / கேட்பதால் வெளிநாட்டுப் பிரதமரின் பெயரை நினைவு வைத்துக் கொள்ள முடிவதில்லை. நமது பெயரை நாம் மறப்பது இல்லை. அது நாம் பலமுறை கேட்டிருப்பதால் அது மறந்து விட முடியாத பெயராகிவிட்டது.

ஊ) மீள்பார்வை (Revision)

அதிகப்படியான பாடங்களைக் குறுகிய காலத்தில் படிப்பதும், முன்பு ஒருமுறை படித்ததும் மறதிக்கு வழி வகுக்கும். புதிய செய்திகளை நினைவில் நிறுத்தும்போது பழைய செய்திகள் மறந்துவிடுவதும் உண்டு. இதை ஆங்கிலத்தில் loss of memory due to lapse of time என்று குறிப்பிடுவர். எனவே ஒரு பாடத்தை நினைவில் நன்கு நிறுத்த மீள்பார்வை செய்தல்

வேண்டும். அந்த வாரத்தில் படித்ததை அந்த வார இறுதியில் மீள்பார்வை செய்க. அந்த மாதத்தில் படித்ததை அந்த மாத இறுதி ஞாயிற்றுக்கிழமையில் மீள்பார்வை செய்க. இவ்வாறு செய்தால் எவ்வளவு காலத்திற்குப் பின்னரும் நினைவுக் கடலிலிருந்து தேவையான தகவல்களை கணநேரத்தில் வெளிக்கொணர முடியும்.

எ) அதிகாலைப் படிப்பும் நள்ளிரவுப் படிப்பும்

அதிகாலையில் படித்தால் மனதில் பதியும் என்பது பொதுவான நம்பிக்கை. ஆனால் அதற்கு அறிவியல் ஆதாரம் இல்லை. இரவில் வெகுநேரம் கண்விழித்துப் படித்தவர்கள் தேர்வில் மிகுந்த மதிப்பெண் பெற்ற வெற்றிக்கதைகளும் உண்டு. அதிகாலையோ, நள்ளிரவோ, நீங்கள் எவ்வாறு படிக்கிறீர்கள் என்பது தான் முக்கியம். இன்னொரு முக்கிய குறிப்பு - சிலர் படுக்கையில் சாய்ந்த வண்ணம் படிக்கலாம் அல்லது நடந்து கொண்டு படிக்கலாம். இந்த வழக்கத்தை மாற்ற வேண்டும் என்று நான் கூறமாட்டேன். ஆனால் தொலைக்காட்சியைப் பார்த்துக்கொண்டே படிப்பது அல்லது எழுதுவது சரியில்லை என்று உறுதியாகக் கூறுவேன். ஏனென்றால் நமது மூளை ஒரு நேரம் ஒரு வேலையை தான் செய்யமுடியும். தொலைக்காட்சிப் பெட்டியை பார்த்துக்கொண்டே படிப்பதால் படிப்பு நம் மனதில் பதியாது. தொலைக்காட்சியில் பார்க்கும் நிகழ்ச்சிதான் பதிவாகும். பிறகு என்ன படித்தோம் என்பதே நினைவில் இருக்காது.

ஏ) ஒருமுகப்படுத்துதல் (Concentration)

சக்திவாய்ந்த நினைவாற்றலுக்கு ஒருமுகப்படுத்துவதுதான் அடிப்படை. கவனச்சிதறல் இல்லாமல் எதைப்பார்த்தாலும் எதைக் கேட்டாலும் அப்படியே நினைவில் பதியும். உங்களுடைய மனம் அலைபாய்ந்த வண்ணம் இருந்தால் எதுவும் மனதில் பதியாது. பாடத்தில் மனம் ஒன்றிக் கவனித்தால் எந்தப்பாடத்தையும் குறைந்த நேரத்தில் புரிந்து படிக்கலாம். ஒரு பொருளை எங்கோ வைத்துவிட்டு அதைத் தேடி அலைவதை நீங்கள் பலமுறை உணர்ந்து இருப்பீர்கள். அப்பொருளை ஒரு மேஜைக்கு அடியில் வைக்கும் பொழுது உங்கள் மனது வேறு எங்கேயோ இருந்து இருக்கும். எனவே மேஜையின் அடியில் வைத்தது உங்கள் மனதில் பதியவில்லை. எங்கு வைத்தீர்கள் என்பது உங்கள் நினைவில் வராது. அதுபோலவே உங்களது கவனம் படிக்கும் பாடத்திலும், புரியும் கருத்திலும் இருந்தால்தான் அது மனதில் பதியும். மனதில் பதியாதவற்றை நினைவில் கொண்டு வருவது என்பது இயலாத காரியமாகும். படிப்பின் ஒரு முக்கிய தத்துவம் ஒருமுகப்படுத்துதல் (Concentration) ஆகும்.

உங்களது ஒருமுகப்படுத்தும் திறன் (Power of concentration) எப்படி என்பதை பார்ப்போமா ? கீழ்க்காணும் வாக்கியத்தில் எத்தனை `F' கள் உள்ளன என்று ஒருமுறை அல்லது இருமுறை படித்துவிட்டுச் சொல்லுங்கள். சரியான விடையினைப் பின்னர் தருகிறேன்.

THE FRUITS OF SUCCESS CAN BE FULLY REALISED IF ONLY THE FINAL VALUE OF VICTORY IS KNOWN

எத்தனை `F' கள் உள்ளன என்பதை குறித்துக் கொள்ளுங்கள். பின்னர் இதுபற்றி ஓரிடத்தில் சரிபார்க்கலாம்.

ஐ) குழு விவாதம் (Group Discussion)

ஒரு பாடத்தை மற்றவரோடு விவாதிக்கும் போது அது மனதில் பசுமரத்தாணி போல் பதியும். அறிவுப் பகிர்வில் நாட்டம் கொண்ட சில நண்பர்கள் மட்டும் குறிப்பிட்ட பாடத்தில் முன்னரே தயாரித்த குறிப்புகளுடன் வந்து விவாதிக்கலாம். அப்போது தான் நீங்கள் மற்றவரைக் காட்டிலும் எந்த அளவுக்கு பாடத்தைப் புரிந்து கொண்டுள்ளீர்கள் என்பதை உணர முடியும். குழு விவாதத்தின் போது பாடத் தொடர்பான நன்மை தீமைகளையும் விவாதிக்க முடியும். நிகழ்ச்சிகள், வரலாற்று முக்கியம் வாய்ந்த தேதிகள், நோபல் பரிசாளர்கள், ஒலிம்பிக் விளையாட்டு குறித்த ஆண்டுகள்- இவை போன்ற பலவும் நண்பர்களுடன் விவாதிக்கப்படும்போது மனதில் ஆழமாகப் பதியும். தேர்வுக் கூடத்திலும் எளிதில் நினைவுக்கு வரும்.

படிப்பதன் தத்துவங்களை கூறிவிட்டேன். ஆனால் பாடங்களை எளிதில் படிக்கும் ஒரு முறையினை அடுத்த பகுதியில் தர உள்ளேன். ஆகவே தொடர்ந்து படிக்கவும். சரி, உங்களது ஒருமுகப்படுத்தும் திறனை சோதிக்க கேட்கப்பட்ட கேள்விக்கு சரியான விடை **6** `F' கள் ஆகும். நீங்கள் பெரும்பாலும் **3** `F' கள் என்ற விடையை கண்டிருப்பீர்கள். முழுக்கவனம் செலுத்தாமல் போகவே IF, OF போன்ற வார்த்தையிலுள்ள F-யை நழுவ விட்டிருப்பீர்கள். சரியாக **6** `F' கள் என்று நீங்கள் எண்ணியிருந்தால், நீங்கள் நல்ல ஒருமுகப்படுத்தும் திறன் உடையவர். எனவே அத்திறனைப் பயன்படுத்த வேண்டும் என்பதுதான் எனது வேண்டுகோள்.

❖❖❖

11. படிக்கும் முறை
(Method of study)

வெற்றிக்கான இரகசியங்கள் எதுவும் இல்லை
வெற்றிக்கான சூத்திரங்களும் கோட்பாடுகளும் மட்டுமே உள்ளன.

- டாக்டர் எரிக் ஸ்காட் கப்லன்

PQRST முறை (பாடப்புத்தகத்தைப் படிப்பதற்கான சிறந்த முறை)

சென்னையிலிருந்து புது டில்லிக்கு பேருந்திலும் போகலாம், புகை வண்டியிலும் போகலாம், விமானத்திலும் போகலாம். புகை வண்டியில் செல்ல இரண்டு நாட்கள் ஆகலாம். ஆனால் விமானத்தில் போக இரண்டரை மணி நேரம் மட்டுமே ஆகும். அது போலத்தான் படிப்பும் எந்த முறையில் படிக்கிறோம் என்பது பெரியது.

பாடப்புத்தகத்தைப் படிப்பதற்கு மிகச் சிறந்த முறை இருக்குமா என நீங்கள் சிந்தித்திருக்கலாம். இங்கே உளவியலார் (Psychologist) உருவாக்கிய ஒரு செயல்முறைத் திட்டத்தை உங்களுக்குத் தருகிறேன். அதுதான் PQRST முறை. ஐந்து படிநிலைகளில் உள்ள முதலெழுத்துகளின் சுருக்கமே அது. அவையாவன Preview, Question, Read, Self recitation மற்றும் Test ஆகும்.

இச்செயல்திட்டம் வரைபடமாகக் கொடுக்கப்படுகிறது.

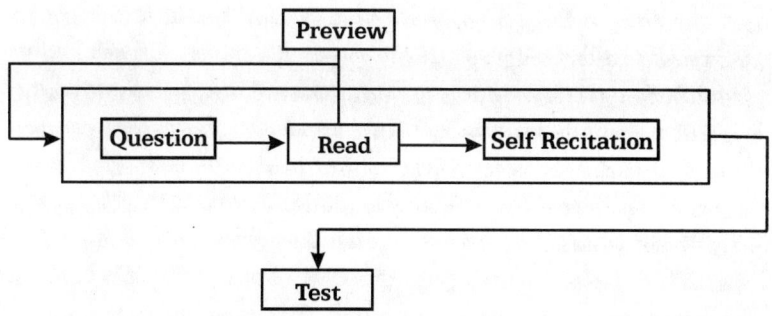

படிநிலை 1 - பறவைப்பார்வை (Preview)

முதலில் குறிப்பிட்ட பாடத்தை (Lesson) மேலோட்டமாக பறவைப் பார்வையாகப் பார்க்க வேண்டும். பாடத்தினுடைய குறிப்புச் சட்டகத்தைப் படிப்பதாலும் முதன்மைத் தலைப்புகளையும் துணைத் தலைப்புகளையும் மற்றும் தொடர்புடைய படங்களைப் பார்ப்பதாலும் இப்பார்வை வசப்படும். பாடத்தினுடைய சுருக்கம் இருப்பின் அதிலுள்ள முக்கிய குறிப்புகளைப் படிக்க வேண்டும். சுருக்கமாகச் சொன்னால் பாடத்தை ஒருமுறை முழுமையாக படித்து விட வேண்டும். அப்போது சில வினாக்கள் மனதில் எழலாம். பின்னர் முழுப்பாடத்தையும் படிக்கும் போது அவ்வினாக்களுக்கு விடை கிடைக்கும். இதனால் குறிப்பிட்ட பாடத்தைப் பற்றிய அமைப்பு முறையும் ஒரு முழுக் கண்ணோட்டமும் மனதில் படமாய் பதியும்.

படிநிலை 2 - கேள்வி கேட்டல் (Questioning)

ஒரு பாடம் ஐந்து அல்லது ஆறு பிரிவுகளாகக் கூட அமைந்திருக்கும். ஒவ்வொரு பிரிவுக்கும் ஒரு தலைப்பு இருக்கும். முதல் பிரிவில் உள்ளே சென்று படிப்பதற்கு முன் தலைப்பினைப் படிக்க வேண்டும். பின்னர் அத்தலைப்புகளை மனதில் வினாக்களாக மாற்ற வேண்டும். எடுத்துக்காட்டாக, Lights என்னும் பாடத்தில் முதல் உட்பிரிவு தலைப்பு Reflection ஆகும். எனவே நீங்கள் கேட்க வேண்டிய கேள்வி : Reflection என்றால் என்ன ? அது எப்படி ஏற்படுகிறது ? அதனை எப்படி அளவிடுவது ? போன்றவைகளாகும்.

படிநிலை 3 - படித்தல் (Reading)

வரிக்கு வரி ஆழ்ந்த கவனத்துடன் படிக்க வேண்டும். முக்கிய சொற்களுக்கும் சொற்றொடர்களுக்கும் அடிக்கோடிடுங்கள் அல்லது அடைப்புக் குறியிட்டு படிப்பது நல்லது. முன்னர் எழுந்த வினாக்களுக்கு இப்போது படிக்க படிக்க விடைகள் தெளிவாகக் கிடைக்கும். அவை மனதிலும் நன்கு பதியும். படிப்பதை நன்கு புரிந்து படித்தல் வேண்டும். முன்னர் குறிப்பிட்டது போல பொருள் புரிந்து படிக்கும் செய்தி மட்டுமே மனதில் பதிகிறது என்பதை உணருங்கள். படிக்கும் செய்திகளையும் கருத்துகளையும் நன்கு சிந்தித்தல் வேண்டும். மனதின் கவனத்தை சிதறவிடாமல் முழுக்கவனத்துடன் படிக்க வேண்டும். இந்நூலில் முந்தைய பகுதியில் சிந்தனையை தூண்டும் ஒரு புதிர் (problem) தரப்பட்டதல்லவா ? அதற்கான

விடையை நீங்கள் கண்டுபிடிக்கவில்லை என்றால் பதில் இதுவே. மைசூர் ரோடு எது என்பதை கண்டுபிடிக்க கேட்கப்பட வேண்டிய கேள்வி முன்னதாக நிற்கும் மனிதரிடம் ஏதாவது ஒரு சாலையைக் காட்டி, "இதற்கு முன் நான் உங்களிடம் இந்த சாலை மைசூருக்கு போகுமா என்று கேட்டிருந்தால் நீங்கள் 'ஆம்' என்று பதில் தந்திருப்பீர்களா ?" என்பதாகும். இந்தக் கேள்விக்கு அம்மனிதன் 'ஆம்' என்று பதில் தருவதாக இருந்தால் அது மைசூர் செல்லும் சாலை ஆகும். 'இல்லை' என்று பதில் தருவதாக இருந்தால் அது மதுரைக்கு செல்லும் சாலை ஆகும். எப்படி என்று கேட்கிறீர்களா ? பிரயாணி நமது நண்பர், மைசூர் சாலையைக் காட்டி இந்த கேள்வியைக் கேட்கும் போது உண்மை சொல்லும் வெள்ளை மனிதர் 'ஆம்' என்று பதில் கொடுத்திருப்பார். இந்தச் சாலை மைசூருக்கு செல்லுமா என்று முன்னதாக கேட்டிருந்தாலும் அவர் 'ஆம்' என்று பதில் சொல்லியிருப்பார். அதையேதான் மீண்டும் அவர் உண்மை பேசுபவராக இருப்பதால் நம் நண்பரின் கேள்விக்கு 'ஆம்' என்று பதில் சொல்லியிருப்பார். ஆனால் நீலமனிதரிடம் முந்தைய கேள்வி கேட்கப்பட்டிருந்தால் 'இல்லை' என்று பதில் சொல்லியிருப்பார். ஆனால், அந்த உண்மையை ஒத்துக் கொள்ளுவதனால் 'இல்லை' என்று பதில் சொல்ல வேண்டும். ஆனால், அவர் பொய் பேசுபவராயிற்றே. எனவே இவரும் இக்கேள்விக்கு 'ஆம்' என்றுதான் பதில் சொல்வார். ஒருவேளை நமது நண்பர் மதுரை செல்லும் சாலையைக் காட்டி இந்த கேள்வியை கேட்டிருந்தால் வெள்ளை மனிதர் உண்மை பேசுபவர். ஆதலால் முதலிலும் 'இல்லை' என்று சொல்லி இருப்பார். மீண்டும் அதை ஊர்ஜிதப்படுத்தும் வகையில் 'இல்லை' என்று உண்மை பேசி இருப்பார். நீல மனிதரும் 'இல்லை' என்றே பதில் சொல்லியிருப்பார். ஏனெனில், முதல் கேள்வி கேட்கப்பட்டிருக்குமானால், நீல மனிதன் 'ஆம்' என்று பதில் சொல்லியிருப்பார். ஆனால் அதையே திருப்பி கேட்கும் போது அந்த உண்மையை கூறமாட்டார். எனவே 'இல்லை' என்ற பொய்யை கூறுவார்.

இப்போது புரிந்து கொண்டீர்களா, இந்தப் புதிருக்கு விடை எப்படி காண்பது என்று. இது சிந்தனையில் மட்டுமே முடியும். சிந்திக்கும் பழக்கத்தை ஏற்படுத்திவிட்டால் எவ்விதமான புதிருக்கும் விடை கண்டுபிடிக்க முடியும் இல்லையா ?

படிநிலை 4 - ஒப்புவித்தல் (Self Recitation)

படிக்கும் போதே அல்லது படித்து முடித்த உடனே முக்கியக் கருத்துகளையும், சொற்களையும் சொல்லிப் பார்க்க வேண்டும். உரக்கச்

சொல்லிப் பார்ப்பது நல்லது; ஏனென்றால் அது உங்கள் காதுகளில் ஒலித்து மனதில் பதிந்து விடும். கற்றலில் கேட்டலே நன்று என்பதை நீங்கள் அறியவில்லையா ? அவ்வப்போது சரியாகவும், முழுமையாகவும் சொல்லிப் பார்க்கிறீர்களா என்பதை பாடநூலை ஒப்பிட்டுச் சரி பார்க்கவும். இவ்வாறு சொல்லிப் பார்க்கும் போது எங்கே தடுமாறுகிறீர்கள் என்று தெரியவரும். மேலும் தகவல்களை மனதில் வரிசையாக பதியவைக்கவும் முடியும். தொடர்ந்து இவ்வாறு பாடத்தின் முதல் பிரிவில் கேள்விகள் கேட்டு, படித்து, ஒப்பித்த பிறகு அடுத்த பிரிவுக்கு செல்ல வேண்டும்.

படிநிலை 5 – தேர்வு (Test)

ஒரு பாடத்திலுள்ள எல்லாப் பிரிவுகளையும் கேள்வி கேட்டு, படித்து பின்னர் ஒப்பித்து முடித்ததும் அந்தப் பாடத்தில் நீங்களே ஒரு தேர்வு வைத்துக் கொள்ள வேண்டும். பல வினாக்களை நீங்களே எழுப்பி பதிலும் எழுதிவிட வேண்டும். பாடத்தின் முதன்மைக் கருத்துகளை முறையாக எழுதிப் பார்க்க வேண்டும். வகுப்பில் எடுத்த குறிப்புகளையும், நூலகத்தில் சேகரித்த தகவல்களையும் பொருத்தமான இடங்களில் இணைத்து எழுதிப் பார்க்க வேண்டும். பாடத்தகவல்கள் ஒன்றுக்கொன்று எவ்வாறு தொடர்புடையவை என்பதையும் எழுதிப்பார்க்க வேண்டும். ஒவ்வொரு பாடத்தைப் படித்து முடித்ததும் இதைக் கண்டிப்பாகச் செய்ய வேண்டும். பின்னர் தேர்வு வைத்துக் கொள்ளலாம் என்று தள்ளிப் போடுதல் நன்றன்று. தேர்வு எழுதிய பின் உங்கள் பதில்களை நீங்களே திருத்தி (ஓர் ஆசிரியரைப் போல) மதிப்பெண் வழங்குங்கள். என்னென்ன தவறுகள் நிகழ்ந்துள்ளன, எந்த கருத்து விடுபட்டுள்ளது என்பது உங்களுக்கே தெரிந்து விடும்.

இந்த PQRST முறை அறிவியல் பூர்வமாக சோதிக்கப்பட்டு உலகளவில் ஏற்றுக் கொள்ளப்பட்ட சிறந்த முறையாகும். நீங்கள் இம்முறையில் பயின்றால் பயனடைவீர்கள்.

12. உடல் நலமே உயர் நலம்

ஆன்மாவின் ஆலயமே உடம்பு

- அரிஸ்டாட்டில்

'நோயற்ற வாழ்வே குறைவற்ற செல்வம்' என்பது நம் நாட்டில் வழங்கும் முதுமொழி. ஒரு IPS அலுவலருக்கு உடல் நலம் எந்த அளவிற்கு அவசியமோ அந்த அளவிற்கு IPS அதிகாரியாக வர விரும்பும் உங்களுக்கும் அது அவசியமாகும். நோயற்ற உடல் நலமே மனவளத்திற்கு அடிப்படை. நல்ல உடல் நலத்துடன் திகழ்ந்தால் தான் நீங்கள் தேர்வுக்கு நன்குப்படிக்க முடியும்.

சிலர் தேர்வு நாளன்று உடல்நலம் கெட்டு படாதபாடுபடுவதைப் பார்க்கிறோம். சளிப்பிடித்தல், மஞ்சள் காமாலை, தலைவலி, கிருமிசார் காய்ச்சல், நஞ்சுணவு முதலிய நோய்கள் உடலையும் உள்ளத்தையும் பலவீனப்படுத்தும். எனவே படிக்கும் காலத்திலும், தேர்வு எழுதும்போதும், நேர்முகத்தேர்வின் போதும், இந்நோய்கள் தாக்கா வண்ணம் உடலை பாதுகாத்துக் கொள்ள வேண்டும்.

உடல் நலம் குறித்து பல நல்ல நூல்களை ஆழ்ந்து படித்ததன் பயனாக, சில குறிப்புகளை உங்களோடு பகிர்ந்து கொள்ள விரும்புகிறேன்.

1. அளவாக உண்க; ஆற்றலுடன் வாழ்க

அளவாக உண்ணுங்கள். அதுவே ஆரோக்கியத்தின் திறவுகோல். 'மீதூண் விரும்பேல்' என்பது ஔவை வாக்கு. மிகுதியாக உண்பதால் சீரண உறுப்புகளுக்கும் கேடு நேரும். மிகுதியாக உண்டல் தூக்கத்திற்கும் சோம்பலுக்கும் வழி வகுக்கும். பொன்னான நேரம் வீணாயிற்றே எனப் பின்னர் வருத்தப்படுவீர்கள். எனவே அளவோடு உண்ணுதல் சக்தி தரும், நலம் தரும், படிப்பில் ஒருமுகப்படுத்தக் கூடிய மனம் தரும். அதே வேளையில் மிகக் குறைவான உணவோடு நிறுத்தவும் கூடாது. அது உடலைப் பலவீனப்படுத்தி விடும். எனவே அளவான சத்தான தூய்மையான உணவை மட்டும் உண்ணவேண்டும்.

2. இனிப்பெனும் எதிரி

இனிப்பான சர்க்கரைதான் நோய்களை வரவேற்கும் கட்டியங்காரன். மிகுதியான சர்க்கரையை எந்த வடிவத்தில் உட்கொண்டாலும் தவறு.

அதிக இனிப்பு உண்பதால், கணையம் (Pancreas) எனும் நாளமில்லா சுரப்பி அளவுக்கு மீறி வேலை செய்கிறது. உண்ட சர்க்கரை முழுவதும் எரிக்கப்படுகிறது. இதனால் உடலுக்குத் தேவையான அளவுக்கு கீழ் சர்க்கரை குறைகிறது. மூளை சோர்வடைகிறது. நரம்பு மண்டலம் பலவீனமாகிறது. இந்நிலையை Hypoglycoemia என்று மருத்துவர்கள் குறிப்பிடுகிறார்கள்.

தொடர்ந்து மிகுதியாக இனிப்பை உண்டால், கணையம் (Pancreas) செயலிழந்து இன்சுலின் சுரப்பது குறைகிறது. எனவே இரத்தத்தில் சர்க்கரை அளவு அதிகமாகி நீரிழிவு (Diabeties) என்னும் புதிய நோய்க்கு ஆளாக வேண்டியிருக்கும். எனவே தேர்வுக்குப் படிக்கும் போது அளவுக்கு அதிகமாக சர்க்கரையை உண்டால் சக்தி (Energy) குறைவதோடு நோய் எதிர்ப்புச் சக்தியும் குறையும்; இந்நிலையில் சளிப்பிடித்தால் கூட குணமாக கால தாமதம் ஆகும்.

3. நீர் அமுதம்

ஒரு நாளைக்கு 200 மில்லி கொள்ளளவுள்ள ஒரு குவளை நீரை எட்டுமுறை (அதாவது 1.6 லிட்டர் தண்ணீரை) அருந்துங்கள். இது நோய் எதிர்ப்பாற்றலை அதிகரிக்கும்; உடல் நீர் வற்றலைத் (Dehydration) தடுக்கும்; சேமிப்பில் உள்ள கொழுப்பைக் கரைக்கும்; ஈரலின் பணியையும் எளிதாக்கும்; மற்றும் தசைநார்களை வலுப்படுத்தும்; அஜீரணம் என்பதும் அறவே ஒழியும்.

நீங்கள் படித்தது நினைவில் நிற்க வேண்டுமானால் பல்வேறு சுரப்பிகள் சீராக செயல்பட வேண்டும். அதற்கு அதிக நீரை அருந்த வேண்டும். தூய்மையான பாதுகாக்கப்பட்ட நீரை அருந்துங்கள். இல்லையேல் கிடைக்கும் நீரை 100 டிகிரி சென்டிகிரேட் அளவுக்கு கொதிக்க வைத்து, பின்பு ஆற வைத்து வடிகட்டி அருந்துங்கள்.

4. காயும் கனியும் ஆயுளைப் பெருக்கும்

உயிர்ச்சத்துகளும், தாதுப்பொருள்களும் நிறைந்து கிடப்பது காய்கனிகளில் தான். உங்களுக்குப் பலத்தை நல்கி, நோய் எதிர்ப்பாற்றலை உருவாக்கும் நார்ப்பொருள் காய்கனிகளில் உள்ளது. வாழைப்பழம், ஆப்பிள், ஆரஞ்சு, திராட்சை, தக்காளி ஆகிய பழங்களையும், வெள்ளரி, முட்டைக்கோஸ், காரட் ஆகிய காய்களையும் நன்கு

கழுவியபின் சமைக்காமல் அப்படியே உண்ணலாம். இதன் மூலம் பெறப்படும் உயிர்சத்துக் குறைநோய் (Vitamin Deficiency) இல்லாமலும் வாழலாம்.

5. தேநீர், காபி தேவையில்லை

தேநீர், காபி இவைகளை தவிர்ப்பது நல்லது. தேர்வுக்கு படிக்கும் போது நீங்கள் அடிக்கடி தேநீர் அல்லது காபி அருந்த நேரிடும். அந்த நேரத்திற்கு சுறுசுறுப்புத் தருவதாக இருக்கும். ஆனால் பின்விளைவு மோசமானது. உடலில் சோர்வு மிகும். இவற்றிலுள்ள காபின் என்னும் நச்சுப்பொருள் உடல்நலத்தைக் கெடுக்கும்.

தேநீர், காபியைத் தவிர்க்க முயலுங்கள் அல்லது ஒரு நாளைக்கு இருமுறை மட்டும் எனக் குறைத்துக் கொள்ளுங்கள்.

6. உடற்பயிற்சியால் உற்சாகம் மிகும்

உடற்பயிற்சி என்பது ஓர் இயற்கை மருத்துவம். உடற்பயிற்சி உங்களுக்குத் தோற்றப்பொலிவையும் உற்சாகத்தையும் அளிக்கும். ஆற்றலை அதிகரிக்கும். மொத்தத்தில் ஒரு மனநிறைவைத் தரும்.

உடற்பயிற்சி செய்வதால் உடலும் உள்ளமும் உங்கள் வசப்படும். நோயிலிருந்து பாதுகாப்புக் கிடைக்கும். தேர்வுக்குத் தீவிரமாகப் படிக்கும்போது உடற்பயிற்சியைச் செய்தல் நன்று. காலையில் அரைமணி நேரம், மாலையில் அரைமணி நேரம் உடற்பயிற்சிக்கு ஒதுக்கலாம். உங்கள் விருப்பத்திற்கேற்ப உடற்பயிற்சியினைச் செய்யலாம். நடக்கலாம்; ஓடலாம்; நீந்தலாம்; அறையில் இசைக்கேற்ப நடனம் கூட ஆடலாம். பிறகென்ன, சோர்வு என்பது சொல்லாமலேயே ஓடிவிடும். இந்த நூலைப் படித்து முடித்ததும், உடற்பயிற்சியைச் செய்து, சற்று ஓய்வுக்குப் பின்னர் ஒரு குளியல் போட்டுப் பாருங்கள். ஒரு புத்துணர்வு உடலிலும் உள்ளத்திலும் அலை அலையாய் பரவுவதை உணர்வீர்கள்.

ஆர்வமிகுதியால், கடுமையான உடற்பயிற்சிகளை, உடனே செய்யத் தொடங்குதல் கூடாது. முதலில் சற்றே கை கால்களை விரித்தல், உயர்த்துதல், சுழற்றல் என முன் தயார் நிலைப் பயிற்சியை (warming up)செய்துவிட்டு உடற்பயிற்சிகளைத் தொடங்கவேண்டும். 5 நிமிட உடற்பயிற்சி எனத் தொடங்கி, தினம் 2 நிமிடம் அதிகரித்து நாளடைவில் 30 நிமிட பயிற்சியைச் செய்தால் "வாள் கொண்டு பிளப்பினும் ஓர் கட்டுமாறாத உடல் வேண்டும்" என்று பாரதியார் கேட்ட உடற்கட்டு உங்களுக்குக் கிட்டும்.

7. அளவான உறக்கம்

ஆழ்ந்த உறக்கத்திற்குப்பின் உணரப்படும் சுகமே தனிதான். வேறு எதற்கும் அது ஈடாகாது. இரவில் படித்து முடித்ததும் தூங்கச் செல்லுங்கள். அதை விடுத்து பின்னிரவு திரைப்படக் காட்சிக்குச் செல்வது, தொ(ல்)லைக்காட்சியில் தொடர்களைப் பார்ப்பது போன்றவற்றைத் தவிர்த்து விடுங்கள்.

அதிகமாக இனிப்பைத் தின்பது, அடிக்கடி காபி அருந்துவது, சிகரெட் பிடிப்பது, மது அருந்துவது முதலான கெட்ட பழக்கங்கள் உரிய நேரத்தில், உரிய முறையில் உறங்க விடாமல் தடுக்கும்.

என்னைக் கேட்பின், இரவு பத்து மணிக்குத் தூங்குவது நல்லதென்பேன். காலையில் 5 மணிக்கு எழுவது நன்று. ஓர் இரவில் குறைந்தது 7 மணி நேரம் தூங்க வேண்டும்.

நிறைவாக ஒன்று. தூக்கம் குறையினும் தீமை, மிகினும் தீமை.

13. குடிமைப்பணி பயிற்சி மையங்கள்

> செயலைத் தொடங்குமுன் நல்ல ஆலோசனையை நாடு, தொடங்கிய பின் சரியாகச் செயல்படு.
>
> - சலஸ்ட் கேட்டிலின்

நீங்கள் கட்டாயம் ஒரு பயிற்சி மையத்தில் சேர வேண்டும் என்று கூறமாட்டேன். அது உங்களுக்கு பயன்தரும் எனத் தோன்றினால் சேருங்கள்.

சென்னை அறிஞர் அண்ணா மேலாண்மை நிறுவனம், இராணி மேரி கல்லூரி மையம் ஆகியவை தமிழக அரசால் நடத்தப்படுபவை. நுழைவுத் தேர்வு எழுதி இங்கு சேரலாம்.

இவற்றுள் அண்ணா மேலாண்மை நிறுவனம் இந்திய அளவில் புகழ்பெற்றது. கடந்த நான்கு ஆண்டுகளில் இங்குப் பயின்றவர்களில் சராசரியாக ஆண்டொன்றிற்கு 30 பேர் குடிமைப்பணித் தேர்வில் தேர்ச்சிப் பெற்றுள்ளனர்.

சுயமாக படிக்க முடியும் என்னும் நம்பிக்கை இருந்தால் நீங்கள் வீட்டிலிருந்தபடியே படிக்கலாம். ஆனால் ஒன்று - படிப்பதற்குரிய தொடர்புடைய நூல்கள், இதழ்கள் அத்தனையும் கைவசம் இருக்க வேண்டும். தனியே தொடர்ந்து படிப்பதால் வரும் சோர்வு ஒத்த நண்பர்களோடு பாடம் தொடர்பாக விவாதிக்கும் போது அச்சோர்வு நீங்கும்.

சிலபேர் அடிக்கடி ஜோசியரிடம் சென்று எதிர்காலம் குறித்துக் கேட்பர். நீங்கள் ஒரு வருங்கால IPS அதிகாரி. ஆதலால், யாரோ சொன்ன ஒரு மேற்கோளைத் தருகிறேன்.

"உங்கள் வருங்காலத்தை அறிந்து கொள்ள ஒரு வழி உண்டு. அது உங்கள் வருங்காலத்தை நீங்கள் உருவாக்குவது தான்".

இந்தியக் காவல் பணியில் சேர்ந்து விடுவது என்ற உங்கள் இலக்கில் சரிபாதியை ஈட்டிவிட்டீர்கள். தொடர்ந்து இலக்கை நோக்கி பீடுநடை போடுங்கள். நீங்கள் IPS அதிகாரியாவது உறுதி.

14. உங்களால் முடியும்

உங்களால் மட்டுமே முடியும்

வெற்றி இலக்கை அடைய முனைப்பும், ஆர்வமும்,
மனஉறுதியும் செறிவாக இருக்க வேண்டும்.
இலக்கை ஒரு தாளில் எழுது, செயல்படு.
உயிர்வாழ ஆக்ஸிஜன் எவ்வளவு முக்கியமோ
அவ்வளவு முக்கியம் உன் இலக்கும்
என்றிருந்தால் வெற்றி கிட்டிடும்.

- டேவிட் சூயிட்ச்

நீங்கள் கேட்கலாம், நான் ஒரு பெரிய அறிவாளி அல்லன். பள்ளியிலோ, மாநிலத்திலோ முதலாவதாக வந்ததும் இல்லை. நான் எப்படி IPS அதிகாரியாக ஆக முடியும் ?

உங்கள் வினாவுக்கு ஓர் எடுத்துக்காட்டை விடையாகத் தருகிறேன்.

ஒரு பள்ளிச் சிறுவன், அமெரிக்க நாட்டில் மிலன் என்னும் ஊரைச் சார்ந்தவன். அவனுடைய ஆசிரியர் அவனுக்கு அறிவு வளர்ச்சி இல்லாதவன் என்னும் பட்டம் சூட்டி, மூன்றே மாதத்தில் பள்ளியை விட்டு அனுப்பிவிட்டார். அவன் பின்னாளில் தன் விடாமுயற்சியால் ஆயிரத்திற்கும் மேற்பட்ட கண்டுபிடிப்புகளுக்குச் சொந்தக்காரன் ஆனான். அவர்தான் தாமஸ் ஆல்வா எடிசன். மின்சார பல்பு, மின்சாரம், சினிமா, கேமரா, படக்கருவி என்பன அவருடைய கண்டுபிடிப்புகளில் முக்கியமானவை. இச்சாதனைகள் அவரால் எப்படி முடிந்தது ? விடாமுயற்சியால் தானே ? வெற்றி பெற்றதைப் பற்றி எடிசன் என்ன சொன்னார் தெரியுமா ?

“
வெற்றி
என்பது
99%
கடின உழைப்பும்
1%
உந்துதலும்
ஆகும்
”

"Success is 99% perspiration and 1% inspiration?". வெற்றி என்பது 99% கடின உழைப்பும் 1% உந்துதலும் ஆகும் என்பது அவரது கூற்று.

கொஞ்சம் வரலாற்றைத் திருப்பி பாருங்கள். இளம் வயதில் எத்தனை பேர் சாதனை படைத்திருக்கிறார்கள். மாவீரன் அலெக்சாண்டர் உலகையே வெற்றி கொண்டது எந்த வயதில் தெரியுமா ? 33 வயதில், ஆம், அந்த இளம் சாதனையாளன் இறந்ததும் 33 வயதில் தான்.

பிரான்ஸ் நாட்டைச் சார்ந்த ஓர் இளம்பெண் ஜோன் ஆப் ஆர்க் (Joan of Arch) ஆங்கிலப் படைத் தளபதிகளின் வயிற்றில் புளியைக் கரைத்தாள். மாபெரும் ஆங்கில தளபதிகளுக்கு சிம்ம சொப்பனமாகத் திகழ்ந்தாள். இவள் பெயரைக் கேட்டதுமே புறமுதுகு காட்டி ஓடினர். அவ்வளவு ஒரு பீதியை எதிரிகளிடத்தில் ஏற்படுத்தினாள் அப்பெண். பிரெஞ்சு படைகளுக்கு மகத்தான வெற்றிகளை குவித்த ஜோன் ஆப் ஆர்க் ஜெர்மனியில் தூக்கிலிடப்பட்டபோது அவருக்கு வயது 19.

சிகாகோவில் நடந்த சர்வசமய மாநாட்டில் 'அன்புச் சகோதரர்களே, சகோதரிகளே' என்று தொடங்கி உலகப் பகழ்பெற்ற பேருரை நிகழ்த்தியது 35 வயதில் தான். அவர் யார் தெரியுமா ? அவர் தான் நம் இந்தியத் திருநாட்டின் தவப்புதல்வர் சுவாமி விவேகானந்தர். அவர் தன்னுடைய 39-ஆம் வயதில் இயற்கை எய்தினார்.

சிலர் விடா முயற்சியாலும், அறிவுக் கூர்மையாலும் அரிய சாதனைகளை மிகக் குறுகிய காலத்தில் நிகழ்த்துவர்.

இத்தாலி நாட்டு மாலுமியான கிறிஸ்டோபர் கொலம்பஸ் தன் கப்பல் பயணத்தை அட்லாண்டிக் பெருங்கடலில் 3.8.1492 அன்று தொடங்கினார். 12.10.1492 இல் புதிய நிலப்பரப்பைக் கண்டுபிடித்தார். அமெரிக்க கண்டத்தை வெறும் 71 நாட்கள் பயணமுடிவில் கண்டுபிடித்த பெருமை அவரையே சாரும். அவர் அக்கண்டம் இந்தியாதான் என்று நம்பியிருந்தார் என்பது வேறு விஷயம். ஆனால் சாதனை சாதனைதானே.

மேற்காண் இளைஞர்களிடமும் இளம் பெண்களிடமும் பொதுவானது எது ? நினைத்ததைச் சாதிக்க வேண்டும் என்னும் வெறிதான் அது. அதுவே அவர்களை மற்றவர்களிடமிருந்து வேறுபடுத்திக் காட்டியது.

இலக்கு என்பது பற்றி பிரவ்ன் லீ கூறுவது; 'நிலவில் குதிக்க முயற்சி செய், ஒரு நட்சத்திரத்தின் மத்தியிலாவது போய் சேர முடியும் உன்னால்!' மனிதன் நிலவினிலே காலடி பதித்துவிட்டான்.

'உள்ளுவதெல்லாம் உயர்வுள்ளல்' என்னும் வள்ளுவன் வாக்கும் நினைவில் எழுகிறது.

திட்டமிட்ட கடின உழைப்பு, செயலில் உறுதி, விடாமுயற்சி, எதையும் தாங்கும் இதயம் இவை எல்லாவற்றிற்கும் மேலாக தன்னம்பிக்கை ஆகியவையே உங்களை வெற்றிச் சிகரத்திற்கு உயர்த்தும்.

குடிமைப்பணித் தேர்வில் வெற்றி பெற்று பெருமைமிக்க இந்தியக் காவல் பணிக்குத் தேர்ந்தெடுக்கப்படுவது ஒரு குறிப்பிடத்தக்க சாதனையாகும். இதை இளம் வயதில் ஒரே ஆண்டில் உங்களால் சாதிக்க முடியும்.

ஓர் அர்ப்பணிப்பு உணர்வோடு, திட்டமிட்டு ஒரு வருடம் - ஒரே வருடம் உழைத்தால் நீங்கள் இளமை முதலே கண்டுவந்த வண்ணக் கனவு நனவாகும். ஆயிரக்கணக்கான போலீஸ் அதிகாரிகளுக்குத் தலைமை ஏற்கும் வாய்ப்புக் கிட்டும். ஒரு IPS அதிகாரியாக, வீரதீரச் செயல், அதிரடி நிகழ்வுகள், சாதனை, சோதனை, பொறுப்புகள் நிறைந்த ஒரு புதிய உலகத்தில் நுழைகிறீர்கள்.

உங்கள் அன்புத் தாயும் தந்தையும் உங்களைப் பற்றிய கனவு காண்கிறார்கள். சீருடையில் மிடுக்கான தோற்றத்தில் IPS அதிகாரியாக அவர்கள் முன் நீங்கள் நிற்கும் போது, பெற்ற பொழுதினும் பெரிதும் மகிழ்வார்கள் அவர்கள்.

அமெரிக்க நாட்டில் ஓர் ஏழைத்தாய் சாதாரணமான தோற்றமுள்ள தன் மகனைப் பார்த்து, "அபி, நீ வாழ்வில் மிகப்பெரிய மனிதனாக வேண்டும்" என்று சொன்னார். பின்னாளில் அவன் தன் தாயின் முன் கம்பீரமாக நின்றான்- அமெரிக்க நாட்டின் ஜனாதிபதியாக. அவர் யாரென்று ஊகிக்க முடிகிறதா? நம் மனம் கவர்ந்த ஆபிரகாம் லிங்கன்தான். உங்கள் பெற்றோர்களை பெருமைப்படுத்த நீங்கள் IPS அதிகாரியாக உருவாக வேண்டும்.

வின்ஸ்டன் சர்ச்சில் ஒருமுறை சொன்னார் :

இது முடிவு அல்ல. முடிவின் தொடக்கம் கூட அல்ல. வேண்டுமாயின் இது தொடக்கத்தின் முடிவாக இருக்கலாம்.

சிந்திக்க வேண்டிய கூற்று தான்.

இப்போது நீங்கள் இந்த நூலைப் படித்து முடித்துவிட்டீர்கள். அதாவது

தொடக்கத்தின் முடிவைத் தொட்டுவிட்டீர்கள். தொடக்கம் முடிந்தது. தொடர்ந்து முயற்சி செய்யுங்கள்.

இந்நூலைப் படித்து முடித்ததே, உங்கள் கனவை நனவாக்கும் செயலில் பாதி முடிந்ததற்குச் சமம். முயற்சியைப் பாதியில் விட்டுவிடாதீர்கள். மீண்டும் தாமஸ் ஆல்வா எடிசன் கூறியதை நினைவு கூறுகிறேன்.

"Many of Life's failures are people

who did not realise how close

they were to success when they gave up"

தயவு செய்து முயற்சியைத் தொடருங்கள்.

நீங்கள் நினைத்தால் இலக்கை அடைய முடியும்.

உங்களது முயற்சியில் வெற்றியடைய எனது வாழ்த்துகள்

சி. சைலேந்திரபாபு, IPS

ESSAYS ASKED IN THE PREVIOUS YEARS

Time Allowed : Three Hours   Maximum Marks : 250

INSTRUCTIONS

The essay must be written in the medium specified in the Admission Certificate issued to you. The name of the medium must be stated clearly on the cover of the answer-book in the space provided for the purpose. No credit will be given to the essay written in a medium other than that specified in the Admission Certificate.

(Examiners will pay special attention to the candidate's grasp of his/her material, its relevance to the subject chosen, and to his/her ability to think constructively and to present his/her ideas concisely, logically and effectively.)

Write an essay on any one of the following topics :

2015

Section - A
1. Lending hands to someone is better than giving a dole.
2. Quick but steady wins the race.
3. Character of an institution is reflected in its leader.
4. Education without values, as useful as it is, seems rather to make a man more clever devil.

Section - B
1. Technology cannot replace manpower.
2. Crisis faced in India – moral or economic.
3. Dreams which should not let India sleep.
4. Can capitalism bring inclusive growth ?

2016

Section - A
1. If development is not engendered, it is endangered.
2. Need brings greed, if greed increases it spoils breed.
3. Water disputes between States in federal India.
4. Innovation is the key determinant of economic growth and social welfare.

Section - B
1. Cooperative federalism : Myth or reality.
2. Cyberspace and Internet : Blessing or curse to the human civilization in the long run.
3. Near jobless growth in India : An anomaly or an outcome of economic reforms.
4. Digital economy : A leveller or a source of economic inequality.

2017
Section - A
1. Farming has lost the ability to be a source of subsistence for majority of farmers in India.
2. Impact of the new economic measures on fiscal ties between the union and states in India.
3. Destiny of a nation is shaped in its classrooms.
4. Has the Non-Alignment Movement (NAM) lost it relevance in a multipolar world ?

Section - B
1. Joy is the simplest form of gratitude.
2. Fulfilment of 'new woman' in India is a myth.
3. We may brave human laws but cannot resist natural laws.
4. 'Social media' is inherently a selfish medium.

2018
Section - A
1. Alternative technologies for a climate change resilient India.
2. A good life is one inspired by love and guided by knowledge.
3. Poverty anywhere is a threat to prosperity everywhere.
4. Management of Indian border disputes-a complex task.

Section - B
1. Customary morality cannot be a guide to modern life.
2. `The past' is a permanent dimension of human consciousness and values.

3. A people that values its privileges above its principles loses both.
4. Reality does not conform to the ideal, but confirms it.

2019
Section - A
1. Wisdom finds truth.
2. Values are not what humanity is, but what humanity ought to be.
3. Best for an individual is not necessarily best for the society.
4. Courage to accept and dedication to improve are two keys to success.

Section - B
1. South Asian societies are woven not around the state, but around their plural cultures and plural identities.
2. Neglect of primary health care and education in India are reasons for its backwardness.
3. Biased media is a real threat to Indian Democracy
4. Rise of Artificial Intelligence: the threat of jobless future or better job opportunities through reskilling and upskilling.

2020
Section - A
1. Life is a long journey between human being and being humane.
2. Mindful manifesto is the catalyst to a tranquil self.
3. Ships do not sink because of water around them, ships sink because of water that gets into them.
4. Simplicity is the ultimate sophistication.

Section - B
1. Culture is what we are, civilization is what we have.
2. There can be no social justice without economic prosperity but economic prosperity without social justice is meaningless.
3. Patriarchy is the least noticed yet the most significant structure of social inequality.
4. Technology as the silent factor in international relations.

2021

Section - A

1. The process of self-discovery has now been technologically outsourced.
2. Your perception of me is a reflection of you; my reaction to you is an awareness of me.
3. Philosophy of wantlessness is Utopian, while materialism is a chimera.
4. The real is rational and the rational is real.

Section - B

1. Hand that rocks the cradle rules the world.
2. What is research, but a blind date with knowledge!
3. History repeats itself, first as a tragedy, second as a farce.
4. There are better practices to "best practices".

2022

Section - A

1. Forests are the best case studies for economic excellence.
2. Poets are the unacknowledged legislators of the world.
3. History is a series of victories won by the scientific man over the romantic man.
4. A ship in harbour is safe, but that is not what ship is for.

Section - B

1. The time to repair the roof is when the sun is shining
2. You cannot step twice in the same river.
3. A smile is the chosen vehicle for all ambiguities.
4. Just because you have a choice, it does not mean that any of them has to be right.

UPSC Civil Services Exam - 2022
Original Q Paper - Paper - I (General Studies)

Maximum Marks : 200
Time Allowed : 2 Hrs.   Held on 05.06.2022

1. "Rapid Financing Instrument" and "Rapid Credit Facility" are related to the provisions of lending by which one of the following ?
   A) Asian Development Bank
   B) International Monetary Fund
   C) United Nations Environment Programme Finance Initiative
   D) World Bank

2. With reference to the Indian economy, consider the following statements :
   1. An increase in Nominal Effective Exchange Rate (NEER) indicates the appreciation of rupee.
   2. An increase in the Real Effective Exchange Rate (REER) indicates an improvement in trade competitiveness.
   3. An increasing trend in domestic inflation relative to inflation in other countries is likely to cause an increasing divergence between NEER and REER.

   Which of the above statements are correct?
   A) 1 and 2 only
   B) 2 and 3 only
   C) 1 and 3 only
   D) 1,2 and 3

3. With reference to the Indian economy, consider the following statements:
   1. If the inflation is too high, Reserve Bank of India (RBI) is likely to buy government securities.
   2. If the rupee is rapidly depreciating, RBI is likely to sell dollars in the market
   3. If interest rates in the USA or European Union were to fall, that is likely to induce RBI to buy dollars

   Which of the statements given above are correct?
   A) 1 and 2 only
   B) 2 and 3 only
   C) 1 and 3 only
   D) 1,2 and 3

4. With reference to the "G20 Common Framework", consider the following statements :
   1. It is an initiative endorsed by the G20 together with the Paris Club.
   2. It is an initiative to support Low Income Countries with unsustainable debt.

   Which of the statements given above is/are correct?
   A) 1 only
   B) 2 only
   C) Both 1 and 2
   D) Neither 1 nor 2

5

5. With reference to the Indian economy, what are the advantage of "Inflation-Indexed Bonds (IIBs) "?
   1. Government can reduce the coupon rates on its borrowing by way of IIBs.
   2. IIBs provide protection to the investors from uncertainty regarding inflation.
   3. The interest received as well as capital gains on IIBs are not taxable.

   Which of the statements given above are correct?
   A) 1 and 2 only
   B) 2 and 3 only
   C) 1 and 3 only
   D) 1, 2 and 3

6. With reference to foreign-owned e-commerce firms operating in india, which of the following statement is/are correct?
   1. They can sell their own goods in addition to offering their platforms as market-places.
   2. The degree to which they can own big sellers on their platforms is limited.

   Select the correct answer using the code given below:
   A) 1 only
   B) 2 only
   C) Both 1 and 2
   D) Neither 1 nor 2

7. Which of the following activities constitute real sector in the economy?
   1. Farmers harvesting their crops
   2. Textile mills converting raw cotton into fabrics
   3. A commercial bank lending money to a trading company
   4. A corporate body issuing Rupee Denomination Bonds overseas

   Select the correct answer using the code given below;
   A) 1 and 2 only
   B) 2, 3 and 4 only
   C) 1, 3 and 4 only
   D) 1, 2, 3 and 4

8. Which one of the following situations best reflects "Indirect Transfers" often talked about in media recently with reference to India?
   A) An Indian company investing in a foreign enterprise and paying taxes to the foreign country on the profits arising out of its investment
   B) A foreign company investing in India and paying taxes to the country of its base on the profits arising out of its investment
   C) An Indian company purchases tangible assets in a foreign country and sells such assets after their value increases and transfers the proceeds to India

D) A foreign company transfers shares and such shares derive their substantial value from assets located in India

9. With reference to the expenditure made by an organisation or a company, which of the following statement is/are correct?
   1. Acquiring new technology is capital expenditure.
   2. Debt financing is considered capital expenditure, while equity financing is considered revenue expenditure.

   Select the correct answer using the code given below:
   A) 1 only
   B) 2 only
   C) Both 1 and 2
   D) Neither 1 nor 2

10. With reference to the Indian economy, consider the following statements:
    1. A share of the household financial savings goes towards government borrowings.
    2. Dated securities issued at market-related rates in auctions form a large component of internal debt.

    Which of the above statements is/are correct?
    A) 1 only
    B) 2 only
    C) Both 1 and 2
    D) Neither 1 nor 2

11. Consider the following statements:
    1. Pursuant to the report of H.N Sanyal Committee, the Contempt of Courts Act, 1971 was passed
    2. The Constitution of India empowers the Supreme Court and the High Courts to punish for contempt of themselves.
    3. The Constitution of India defines Civil Contempt and Criminal Contempt.
    4. In India, the Parliament is vested with the power to make laws on Contempt of Court.

    Which of the statements given above is/are correct?
    A) 1 and 2 only
    B) 1, 2 and 4
    C) 3 and 4 only
    D) 3 only

12. With reference to India, consider the following statements:
    1. Government law officers and legal firms are recognised as advocates, but corporate lawyers and patent attorneys are excluded from recognition as advocates
    2. Bar Councils have the power to lay down the rules relating to legal education and recognition of law colleges.

    Which of the statements given above is/are correct?

A) 1 only
B) 2 only
C) Both 1 and 2
D) Neither 1 nor 2

13. Consider the following statements :
    A) A bill amending the Constitution requires a prior recommendation of the President of India
    B) When a Constitution Amendment Bill is presented to the President of India, it is obligatory for the President of India to give his/her assent.
    C) A Constitution Amendment Bill must be passed by both the Lok Sabha and the Rajya Sabha by a special majority and there is no provision for joint sitting

    Which of the statements given above are correct?
    A) 1 and 2 only
    B) 2 and 3 only
    C) 1 and 3 only
    D) 1.2 and 3

14. Consider the following statements:
    1. The Constitution of Indian classifies the ministers into four ranks viz. Cabinet Minister, Minister of State with Independent Charge, Minister, of State and Deputy Minister.
    2. The total number of ministers in the Union Government , including the Prime Minister, shall not exceed 15 percent of the total number of members in the Lok Sabha.

    Which of the statements given above is/are correct?
    A) 1 only
    B) 2 only
    C) Both 1 and 2
    D) Neither 1 nor 2

15. Which of the following is/are the exclusive power(s) of Lok Sabha?
    1. To ratify the declaration of Emergency
    2. To pass a motion of no-confidence against the Council of Ministers
    3. To impeach the President of India

    Select the correct answer using the code given below:
    A) 1 and 2   B) 2 only
    C) 1 and 3   D) 3 only

16. With reference to anti-defection law in India consider the following statements:
    1. The law specifies that a nominated legislator cannot join any political party within six months of being appointed to the House.
    2. The law does not provide any time-frame within which the presiding officer has to decide a defection case.

    Which of the statements givens above is/are correct?

8

A) 1 only
B) 2 only
C) Both 1 and 2
D) Neither 1 nor 2

17. Consider the following statements :
    1. Attorney General of India and Solicitor General of India are the only officers of the Government who are allowed to participate in the meetings of the Parliament of India
    2. According to the Constitution of India, the Attorney General of India submits his resignation when the Government which appointed him resigns.

    Which of the statements given above is/are correct?
    A) 1 only
    B) 2 only
    C) Both 1 and 2
    D) Neither 1 nor 2

18. With reference to the writs issued by the Courts in India, consider the following statements :
    1. Mandamus will not lie against a private organisation unless it is entrusted with a public duty.
    2. Mandamus will not lie against a Company even though it may be a Government Company
    3. Any public minded person can be a petitioner to move the Court to obtain the writ of Quo Warranto.

    Which of the statements given above are correct?
    A) 1 and 2 only
    B) 2 and 3 only
    C) 1 and 3 only
    D) 1, 2 and 3

19. With reference to Ayushman Bharat Digital Mission, consider the following statements:
    1. Private and public hospitals must adopt it,
    2. As it aims to achieve universal health coverage, every citizen of India should be part of it ultimately
    3. It has seamless portability across the country

    Which of the statements given above is/are correct?
    A) 1 and 2 only
    B) 3 only
    C) 1 and 3 only
    D) 1,2 and 3

20. With reference to Deputy Speaker of Lok Sabha, consider the following statements:
    1. As per the Rules of Procedure and Conduct of Business in Lok Sabha, the election of Deputy Speaker shall be held on such date as the Speaker may fix.
    2. There is a mandatory provision that the election of a candidate as Deputy Speaker of Lok Sabha shall be from either the principal opposition party or the ruling party.

3. The Deputy Speaker has the same power as of the Speaker when presiding over the sitting of the House and no appeal lies against his rulings.
4. The well established parliamentary practice regarding the appointment of Deputy Speaker is that the motion is moved by the Speaker and duly seconded by the Prime Minister.

Which of the statements given above are correct?
A) 1 and 3 only
B) 1, 2 and 3
C) 3 and 4 only
D) 2 and 4 only

21. Among the following crops, which one is the most important anthropogenic source of both methane and nitrous oxide?
A) Cotton
B) Rice
C) Sugarcane
D) Wheat

22. "System of Rice Intensification" of cultivation, in which alternate wetting and drying of rice fields is practised, results in:
1. Reduced seed requirement
2. Reduced methane production
3. Reduced electricity consumption

Select the correct answer using the code given below:
A) 1 and 2 only
B) 2 and 3 only
C) 1 and 3 only
D) 1, 2 and 3

23. Which one of the following lakes of West Africa has become dry and turned into a desert?
A) Lake Victoria
B) Lake Faguibine
C) Lake Oguta
D) Lake Volta

24. Gandikota canyon of South India was created by which one of the following rivers?
A) Cauvery
B) Manjira
C) Pennar
D) Tungabhadra

25. Consider the following pairs:
    Peak   Mountains
1. Namcha Barwa — Garhwal Himalaya
2. Nanda Devi   — Kumaon Himalaya
3. Nokrek   — Sikkim Himalaya

Which of the pairs given above is/are correctly matched?
A) 1 and 2   B) 2 only
C) 1 and 3   D) 3 only

26. The term "Levant" often heard in the news roughly corresponds to which of the following regions?
A) Region along the eastern Mediterranean shores
B) Region along North African shores stretching from Egypt to Morocco
C) Region along Persian Gulf and Horn of Africa
D) The entire coastal areas of Mediterranean Sea

27. Consider the following countries:
    1. Azerbaijan
    2. Kyrgyzstan
    3. Tajikistan
    4. Turkmenistan
    5. Uzbekistan
    Which of the above have borders with Afghanistan?
    A) 1, 2 and 5 only
    B) 1, 2, 3 and 4 only
    C) 3, 4 and 5 only
    D) 1, 2, 3, 4 and 5

28. With reference to India, consider the following statements:
    1. Monazite is a source of rare earths.
    2. Monazite contains thorium.
    3. Monazite occurs naturally in the entire Indian coastal sands in India
    4. In India, Government bodies only can process or export monazite
    Which of the statements given above are correct?
    A) 1, 2 and 3 only
    B) 1, 2 and 4 only
    C) 3 and 4 only
    D) 1, 2, 3 and 4

29. In the northern hemisphere the longest day of the year normally occurs in the:
    A) First half of the month of June
    B) Second half of the month of June
    C) First half of the month of July
    D) Second half of the month of July

30. Consider the following pairs:
    Wetland/Lake — Location
    1. Hokera Wetland — Punjab
    2. Renuka Wetland — Himachal Pradesh
    3. Rudrasagar Lake — Tripura
    4. Sasthamkotta Lake — Tamil Nadu
    How many pairs given above are correctly matched?
    A) Only one pair
    B) Only two pairs
    C) Only three pairs
    D) All four pairs

31. Consider the following :
    1. Aarogya Setu
    2. CoWIN
    3. DigiLocker
    4. DIKSHA
    Which of the above are built on top of open-source digital platforms?
    A) 1 and 2 only
    B) 2, 3 and 4 only
    C) 1, 3 and 4 only
    D) 1, 2, 3 and 4

32. With reference to Web 3.0, consider the following statements:
    1. Web 3.0 technology enables people to control their own data.
    2. In Web 3.0 world, there can be blockchain based social networks.
    3. Web 3.0 is operated by users collectively rather then a corporation.

Which is the statements given above are correct?
A) 1 and 2 only
B) 2 and 3 only
C) 1 and 3 only
D) 1, 2 and 3

33. With reference to "Software as a Service (SaaS)", consider the following statements.
   1. SaaS buyers can customise the user interface and can change data fields.
   2. SaaS users can access their data through their mobile devices.
   3. Outlook, Hotmail and Yahoo! Mail are forms of SaaS.

   Which one of the statements given above are correct?
   A) 1 and 2 only
   B) 2 and 3 only
   C) 1 and 3 only
   D) 1, 2 and 3

34. Which one of the following statements best reflects the idea behind the "Fractional Orbital Bombardment System" often talked about in media?
   A) A hypersonic missile is launched into space to counter the asteroid approaching the Earth and explode it in space.
   B) A spacecraft lands on another planet after making several orbital motions.
   C) A missile is put into a stable orbit around the Earth and deorbits over a target on the Earth.
   D) A spacecraft moves along a comet with the same speed and places a probe on its surface.

35. Which one of the following is the context in which the term "qubit" is mentioned?
   A) Cloud Services
   B) Quantum Computing
   C) Visible Light Communication Technologies
   D) Wireless Communication Technologies

36. Consider the following communication technologies:
   1. Closed-circuit Television
   2. Radio Frequency Identification
   3. Wireless Local Area Network

   Which of the above are considered Short-Range devices/technologies?
   A) 1 and 2 only
   B) 2 and 3 only
   C) 1 and 3 only
   D) 1, 2 and 3

37. Consider the following statements:
   1. Biofilms can form on medical implants within human tissues.
   2. Biofilms can form on food and food processing surfaces.
   3. Biofilms can exhibit antibiotic resistance

Which of the statements given above are correct?
A) 1 and 2 only
B) 2 and 3 only
C) 1 and 3 only
D) 1, 2 and 3

38. Consider the following statements in respect of probiotics:
1. Probiotics are made of both bacteria and yeast.
2. The organisms in probiotics are found in foods we ingest but they do not naturally occur in our gut.
3. Probiotics help in the digestion of milk sugars

Which of the statements given above is/are correct?
A) 1 only   B) 2 only
C) 1 and 3   D) 2 and 3

39. In the context of vaccines manufactured to prevent COVID-19 pandemic, consider the following statements:
1. The Serum Institute of India produced COVID-19 vaccine named Covishield using mRNA platform.
2. Sputnik V vaccine is manufactured using vector based platform.
3. COVAXIN is an inactivated pathogen based vaccine.

Which of the statements given above are corrct?
A) 1 and 2 only
B) 2 and 3 only
C) 1 and 3 only
D) 1, 2 and 3

40. If a major solar storm (solar flare) reaches the Earth, which of the following are the possible effects on the Earth?
1. GPS and navigation systems could fail.
2. Tsunamis could occur at equatorial regions.
3. Power grids could be damaged
4. Intense auroras could occur over much of the earth.
5. Forest fires could take place over much of the planet.
6. Orbits of the satellites could be disturbed
7. Shortwave radio communication of the aircraft flying over polar regions could be interrupted.

Select the correct answer using the code given below:
A) 1, 2, 4 and 5 only
B) 2, 3, 5, 6 and 7 only
C) 1, 3, 4, 6 and 7 only
D) 1, 2, 3, 4, 5, 6 and 7

41 "Climate Action Tracker" which monitors the emission reduction pledges of different countries is a:
A) Database created by coalition of research organisations
B) Wing of "International Panel of Climate change"
C) Committee under "United Nations Framework Convention on Climate Change"

D) Agency promoted and financed by United Nations Environment Programme and World Bank

42. Consider the following statements
    1. "The Climate Group" is an international non-profit organization that drives climate action by building large networks and runs them.
    2. The International Energy Agency in partnership with the Climate Group launched a global initiative "EP100"
    3. EP100 brings together leading companies committed to driving innovation in energy efficiency and increasing competitiveness while delivering on emission reduction goals.
    4. Some Indian companies are members of EP100
    5. The International Energy Agency is the Secretariat to the "Under2 Coalition".

    Which of the statements given above are correct?
    A) 1, 2 4 and 5
    B) 1,3 and 4 only
    C) 2, 3 and 5 only
    D) 1, 2, 3, 4 and 5

43. "If rainforests and tropical forest are the lungs of the Earth, then surely wetlands function as its kidneys." Which one of the following functions of wetlands best reflects the above statement?
    A) The water cycle in wetland involves surface runoff, subsoil percolation and evaporation
    B) Algae form the nutrient base upon which fish, crustaceans, molluscs, birds, reptiles and mammals thrive.
    C) Wetlands play a vital role in maintaining sedimentation balance and soil stabilization.
    D) Aquatic plants absorb heavy metals and excess nutrients.

44. In the context of WHO Air Quality Guidelines, consider the following statements:
    1. The 24-hour mean of $PM_{2.5}$ should not exceed 15 $\mu g/m^3$ and annual mean of $PM_{2.5}$ should not exceed 5 $\mu g/m^3$
    2. In a year, the highest levels of ozone pollution occur during the periods of inclement weather.
    3. PM_{10} can penetrate the lung barrier and enter the bloodstream.
    4. Excessive ozone in the air can trigger asthma.

    Which of the statement given above are correct?
    A) 1, 3 and 4
    B) 1 and 4 only
    C) 2, 3 and 4
    D) 1 and 2 only

45. With reference to "Gucchi" sometimes mentioned in the news, consider the following statements:
    1. It is a fungus.
    2. It grows in some Himalayan forest areas.
    3. It is commercially cultivated in the Himalayan foothills of north-eastern India.
    Which of the statements given above is/are correct?
    A) 1 only   B) 3 only
    C) 1 and 2   D) 2 and 3

46. With reference to polyethylene terephthalate, the use of which is so widespread in our daily lives, consider the following statements:
    1. Its fibres can be blended with wool and cotton fibres to reinforce their properties.
    2. Containers made of it can be used to store any alcoholic beverage.
    3. Bottles made of it can be recycled into other products.
    4. Articles made of it can be easily disposed of by incineration without causing greenhouse gas emissions.
    Which of the statements given above are correct?
    A) 1 and 3   B) 2 and 4
    C) 1 and 4   D) 2 and 3

47. Which of the following is not a bird?
    A) Golden Mahseer
    B) Indian Nightjar
    C) Spoonbill
    D) White Ibis

48. Which of the following are nitrogen-fixing plant?
    1. Alfalfa   2. Amaranth
    3. Chickpea   4. Clover
    5. Purslane (Kulfa)
    6. Spinach
    Select the correct answer using the code given below:
    A) 1, 3 and 4 only
    B) 1, 3, 5 and 6 only
    C) 2, 4, 5 and 6 only
    D) 1, 2, 4, 5 and 6

49. "Biorock technology" is talked about in which one of the following situations?
    A) Restoration of damage coral reefs
    B) Development of building materials using plant residues
    C) Identification of areas for exploration/ extraction of shale gas
    D) Providing salt licks for wild animals in forests/ protected areas

50. The "Miyawaki method" is well known for the:
    A) Promotion of commercial farming in arid and semi-arid areas
    B) Development of gardens using genetically modified flora
    C) Creation of mini forests in urban areas
    D) Harvesting wind energy on coastal areas and on sea surfaces

51. In the Government of India Act 1919, the functions of Provincial Government were divided into "Reserved" and "Transferred" subjects Which of the following were treated as "Reserved" subjects?

1. Administration of Justice
2. Local Self-Government
3. Land Revenue
4. Police

Select the correct answer using the code given below:

A) 1, 2 and 3
B) 2, 3 and 4
C) 1, 3 and 4
D) 1, 2 and 4

52. In medieval India, the term "Fanam" referred to:

A) Clothing
B) Coins
C) Ornaments
D) Weapons

53. Consider the following freedom fighters:

1. Barindra Kumar Ghosh
2. Jogesh Chandra Chatterjee
3. Rash Behari Bose

Who of the above was/were actively associated with the Ghadar Party?

A) 1 and 2 **B)** 2 only
C) 1 and 3 **D)** 3 only

54. With reference to the proposals of Cripps Mission, consider the following statements:

1. The Constituent Assembly would have members nominated by the Provincial Assemblies as well as the Princely States.
2. Any Province, which is not prepared to accept the new Constitution would have the right to sign a separate agreement with Britain regarding its future status.

Which of the statements given above is/are correct?

A) 1 only
B) 2 only
C) Both 1 and 2
D) Neither 1 Nor 2

55. With reference to Indian history, consider the following texts:

1. Nettipakarana
2. Parishishtaparvan
3. Avadanashataka
4. Trishashtilakshana Mahapurana

Which of the above are Jaina texts?

A) 1, 2 and 3
B) 2 and 4 only
C) 1, 3 and 4
D) 2,3 and 4

56. With reference to Indian history, consider the following pairs:

Historical person	Known as
1. Aryadeva	– Jaina scholar.
2. Dignaga	– Buddhist scholar
3. Nathamuni	– Vasihnava scholar

How many pairs given above are correctly matched?

A) None of the pairs
B) Only one pair
C) Only two pairs
D) all three pairs

57. With reference to Indian history, consider the following statements:
   1. The first Mongol invasion of India happened during the reign of Jalal-ud-din Khalji.
   2. During the reign of Ala-ud-din Khalji, one Mongol assault marched up to Delhi and besieged the city.
   3. Muhammad-bin-Tughlaq temporarily lost portions of north-west of his kingdom to Mongols.

   Which of the statements given above is/are correct?
   A) 1 and 2   B) 2 only
   C) 1 and 3   D) 3 only

58. With reference to Indian history, who of the following were Known as "Kulah-Daran"?
   A) Arab merchants
   B) Qalandars
   C) Persian calligraphists
   D) Sayyids

59. With reference to Indian history, consider the following statements :
   1. The Dutch established their factories/warehouses on the east coast on lands granted to them by Gajapati rulers.
   2. Alfonso de Albuquerque captured Goa from the Bijapur Sultanate
   3. The English East India Company established a factory at Madras on a plot of land leased from a representative of the Vijayanagara empire.

   Which of the statements given above are correct?
   A) 1 and 2 only
   B) 2 and 3 only
   C) 1 and 3 only
   D) 1, 2 and 3

60. According to Kautilya's Arthashastra, which of the following are correct?
   1. A person could be a slave as a result of a judicial punishment.
   2. If a female slave bore her master a son, she was legally free
   3. If a son born to a female slave was fathered by her master, the son was entitled to the legal status of the master's son.

   Which of the statements given above are correct?
   A) 1 and 2 only
   B) 2 and 3 only
   C) 1 and 3 only
   D) 1, 2 and 3

61. Consider the following statements:
   1. Tight monetary policy of US Federal Reserve could lead to capital flight
   2. Capital flight may increase the interest cost of firms with existing External Commercial Borrowings (ECEs).

3. Devaluation of domestic currency decreases the currency risk associated with ECBs.

Which of the statements given above are correct?
A) 1 and 2 only
B) 2 and 3 only
C) 1 and 3 only
D) 1, 2 and 3

62. Consider the following statements:
1. Andhra Pradesh
2. Kerala
3. Himachal Pradesh
4. Tripura

How many of the above are generally known as tea-producing States?
A) Only one State
B) Only two States
C) Only three States
D) All four States

63. Consider the following statements:
1. In India, credit rating agencies are regulated by Reserve Bank of India.
2. The rating agency popularly known as ICRA is a public limited company.
3. Brickwork Ratings is an India credit rating agency.

Which of the statements given above are correct?
A) 1 and 2 only
B) 2 and 3 only
C) 1 and 3 only
D) 1, 2 and 3

64. With reference to the 'Banks Board Bureau (BBB)', which of the following statements are correct?
1. The Governor of RBI is the Chairman of BBB.
2. BBB recommends for the selection of heads for Public Sector Banks.
3. BBB helps the Public Sector Banks in developing strategies and capital raising plans.

Select the correct answer using the code given below:
A) 1 and 2 only
B) 2 and 3 only
C) 1 and 3 only
D) 1, 2 and 3

65. With reference to Convertible Bonds, consider the following statements :
1. As there is an option to exchange the bond for equity, Convertible Bonds pay a lower rate of interest.
2. The option to convert to equity affords the bondholder a degree of indexation to rising consumer prices.

Which of the statements given above is/are correct?
A) 1 only
B) 2 only
C) Both 1 and 2
D) Neither 1 nor 2

66. Consider the following:
1. Asian Infrastructure Investment Bank

2. Missile Technology Control Regime
3. Shanghai Cooperation Organisation

Indian is a member of which of the above?
A) 1 and 2 only
B) 3 only
C) 2 and 3 only
D) 1, 2 and 3

67. Consider the following statements
   1. Vietnam has been one of the fastest growing economies in the world in the recent years.
   2. Vietnam is led by a multi-party political system.
   3. Vietnam's economic growth is linked to its integration with global supply chains and focus on exports.
   4. For a long time Vietnam's low labour costs and stable exchange rates have attracted global manufacturers.
   5. Vietnam has the most productive e-service sector in the Indo-Pacific region.

   Which of the statements given above are correct?
   A) 2 and 4
   B) 3 and 5
   C) 1, 3 and 4
   D) 1 and 2

68. In India, which one of the following is responsible for maintaining price stability by controlling inflation?

A) Department of Consumer Affairs
B) Expenditure Management Commission
C) Financial Stability and Development
D) Reserve Bank of India

69. With reference to Non-Fungible Tokens (NFTs), consider the following statements:
   1. They enable the digital representation of physical assets.
   2. They are unique cryptographic tokens that exist on a blockchain.
   3. They can be traded or exchanged at equivalency and therefore can be used as a medium of commercial transactions.

   Which of the statements given above are correct?
   A) 1 and 2 only
   B) 2 and 3 only
   C) 1 and 3 only
   D) 1, 2 and 3

70. Consider the following pairs:

Reservoirs	States
1. Ghataprabha	– Telangana
2. Gandhi Sagar	– Madhya Pradesh
3. Indira Sagar	– Andhra Pradesh
4. Maithon	– Chhattisgarh

How many pairs given above are not correctly matched?
A) Only one pair
B) Only two pairs
C) Only three pairs
D) All four pairs

71. In India, which one of the following compiles information on industrial disputes, closures, retrenchments and lay-offs in factories employing workers?
    A) Cental Statistics Office
    B) Department for Promotion of Industry and Internal Trade
    C) Labour Bureau
    D) National Technical Manpower Information System

72. In India, what is the role of the Coal Controller's Organization (CCO)?
    1. CCO is the major source of Coal Statistics in Government of India.
    2. It monitors progress of development of Captive Coal/Lignite blocks.
    3. It hears any objection to the Government's notification relating to acquisition of coal-bearing areas.
    4. It ensures that coal mining companies deliver the coal to end users in the prescribed time.

    Select the correct answer using the code given below:
    A) 1, 2 and 3 only
    B) 3 and 4 only
    C) 1 and 2 only
    D) 1, 2 and 4

73. If a particular area is brought under the Fifth Schedule of the Constitution of India, which one of the following statements best reflects the consequence of it?
    A) This would prevent the transfer of land of tribal people to non-tribal people.
    B) This would create a local self-governing body in that area.
    C) This would convert that area into a Union Territory.
    D) The State having such areas would be declared a Special Category State.

74. Consider the following statement:
    1. The India Sanitation Coalition is a platform to promote sustainable sanitation and is funded by the Government of India and the World Health Organization
    2. The National Institute of Urban Affairs is an apex body of the Ministry of Housing and Urban affairs in Government of India and provides innovative solutions to address the challenges of Urban India.

    Which of the statements given above is/are correct?
    A) 1 only
    B) 2 only
    C) Both 1 and 2
    D) Neither 1 nor

75. Which one of the following has been constituted under the Environment (Protection) Act, 1986?

A) Central Water Commission
B) Central Ground Water Board
C) Central Ground Water Authority
D) National Water Development Agency

76. With reference to the "United Nations Credentials Committee", consider the following statements:
    1. It is a committee set up by the UN Security Council and works under its supervision.
    2. It traditionally meets in March, June and September every year.
    3. It assesses the credentials of all UN members before submitting a report to the General Assembly for approval.
    Which of the statements given above is/are correct?
    A) 3 only   B) 1 and 3
    C) 2 and 3   D) 1 and 2

77. Which of the following statements best describes the 'Polar Code'?
    A) It is the international code of safety for ships operating in polar waters.
    B) It is the agreement of the countries around the North Pole regarding the demarcation of their territories in the polar region.
    C) It is a set of norms to be followed by the countries whose scientists undertake research studies in the North Pole and South Pole
    D) It is trade and security agreement of the member counties of the Arctic Council.

78. With reference to the United Nations General Assembly consider the following statements:
    1. The UN General Assembly can grant observer status to the non-member States.
    2. Inter-governmental organisations can seek observer status in the UN General Assembly.
    3. Permanent Observers in the UN General Assembly can maintain missions at the UN headquarters.
    Which of the statements given above are correct?
    A) 1 and 2 only
    B) 2 and 3 only
    C) 1 and 3 only
    D) 1, 2 and 3

79. With reference to the "Tea Board " in India, consider the following statements:
    1. The Tea Board is a statutory body.
    2. It is a regulatory body attached to the Ministry of Agriculture and farmers Welfare
    3. The Tea Board's Head Office is situated in Bengaluru.
    4. The Board has overseas offices at Dubai and Moscow.

Which of the statements given above are correct?
A) 1 and 3   B) 2 and 4
C) 3 and 4   D) 1 and 4

80. Which one of the following best describes the term "greenwashing"?
A) Conveying a false impression that a company's products are eco-friendly and environmentally sound.
B) Non-inclusion of ecological/ environmental costs in the Annual Financial Statements of a country.
C) Ignoring the disastrous ecological consequences while undertaking infrastructure development
D) Making mandatory provisions for environmental costs in a government project/ programme

81. Consider the following statements:
1. High clouds primarily reflect solar radiation and cool the surface of the Earth.
2. Low clouds have a high absorption of infrared radiation emanating from the Earth's surface and thus cause warming effect.

Which of the statements given above is/are correct?
A) 1 only
B) 2 only
C) Both 1 and 2
D) Neither 1 nor 2

82. Consider the following statements :
1. Bidibidi is a large refugee settlement in north-western Kenya.
2. Some people who fled from South Sudan civil war live in Bidibidi.
3. Some people who fled from civil war in Somalia live in Dadaab refugee complex in Kenya.

Which of the statements given above is/are correct?
A) 1 and 2   B) 2 only
C) 2 and 3   D) 3 only

83. Consider the following countries:
1. Armenia   2. Azerbaijan
3. Croatia   4. Romania
5. Uzbekistan

Which of the above are members of the Organization of Turkic States?
A) 1, 2 and 4
B) 1 and 3
C) 2 and 5
D) 3, 4 and 5

84. Consider the following statements:
1. Gujarat has the largest solar park in India.
2. Kerala has a fully solar powered International Airport.
3. Goa has the largest floating solar photovoltaic project in India.

Which of the statements given above is/are correct?
A) 1 and 2   B) 2 only
C) 1 and 3   D) 3 only

85. With reference to the United Nations Convention on the Law of Sea, consider the following statement:
   1. A coastal state has the right to establish the breadth of its territorial sea up to a limit not exceeding 12 nautical miles, measured from baseline determined in accordance with the convention.
   2. Ships of all states, whether coastal or landlocked, enjoy the right of innocent passage through the territorial sea.
   3. The Exclusive Economic Zone shall not extend beyond 200 nautical miles from the baseline from which the breadth of the territorial sea is measured.

   Which of the statements given above are correct?
   A) 1 and 2 only
   B) 2 and 3 only
   C) 1 and 3 only
   D) 1, 2 and 3

86. Which one of the following statements best reflects the issue with Senkaku Islands, sometimes mentioned in the news?
   A) It is generally believed that they are artificial islands made by a country around South China Sea.
   B) China and Japan engage in maritime disputes over these islands in East China Sea.
   C) A permanent American military base has been set up there to help Taiwan to increase its defence capabilities.
   D) Though International Court of Justice declared them as no man's land, some South-East Asian countries claim them.

87. Consider the following pairs:
Country	Important reason for being in the news recently
1. Chad	Setting up of permanent military base by China
2. Guinea	Suspension of Constitution and Government by military
3. Lebanon	Severe and prolonged economic depression
4. Tunisia	Suspension of Parliament by President

   How many pairs given above are correctly matched?
   A) Only one pair
   B) Only two pairs
   C) Only three pairs
   D) All four pairs

88. Consider the following pairs:
Region often mentioned in the news	Country
1. Anatolia	Turkey
2. Amhara	Ethiopia

23

3. Cabo Delgado – Spain
4. Catalonia – Italy

How many pairs given above are correctly matched?
A) Only one pair
B) Only two pairs
C) Only three pairs
D) All four pairs

89. **With reference to Indian laws about wildlife protection, consider the following statements:**
    1. Wild animals are the sole property of the government.
    2. When a wild animal is declared protected, such animal is entitled for equal protection weather it is found in protected areas or outside.
    3. Apprehension of a protected wild animal becoming a danger to human life is sufficient ground for its capture or killing.

    Which of the statements given above is/are correct?
    A) 1 and 2   B) 2 only
    C) 1 and 3   D) 3 only

90. **Certain species of which one of the following organisms are well known as cultivators of fungi?**
    A) Ant   B) Cockroach
    C) Crab   D) Spider

91. **Consider the following pairs:**

Site of Ashoka's major rock edicts	Location in the State of
1. Dhauli	Odisha
2. Erragudi	Andhra Pradesh
3. Jaugada	Madhya Pradesh
4. Kalsi	Karnataka

    How many pairs given above are correctly matched?
    A) Only one pair
    B) Only two pairs
    C) Only three pairs
    D) All four pairs

92. **Consider the following pairs:**

King	Dynasty
1. Nannuka	Chandela
2. Jayashakti	Paramara
3. Nagabhata	Gurjara-Pratihara
4. Bhoja	Rashtrakuta

    How many pairs given above are correctly matched?
    A) Only one pair
    B) Only two pairs
    C) Only three pairs
    D) All four pairs

93. **Which one of the following statements about Sangam literature in ancient South India is correct?**
    A) Sangam proems are devoid of any reference to material culture.
    B) The social classification of Varna was known to Sangam poets.
    C) Sangam poems have no reference to warrior ethic.
    D) Sangam literature refers to magical forces as irrational.

94. "Yogavasistha" was translated into Persian by Nizamuddin Panipati during the reign of:
    A) Akbar
    B) Humayun
    C) Shahjahan
    D) Aurangzeb

95. The world's second tallest statue in sitting pose of Ramanuja was inaugurated by the Prime Minister of India at Hyderabad recently. Which one of the following statements correctly represents the teachings of Ramanuja?
    A) The best means of salvation was devotion.
    B) Vedas are eternal, self-existent and wholly authoritative.
    C) Logical arguments were essential means for the hightest bliss.
    D) Salvation was to be obtained through meditation

96. The Prime Minister recently inaugurated the new Circuit House near Somnath Temple at Veraval. Which of the following statements are correct regarding Somnath Temple?
    1. Somnath Temple is one of the Jyotirlinga shrines.
    2. A description of Somnath Temple was given by Al-Biruni.
    3. Pran Pratishtha of Somnath Temple (installation of the present day temple) was done by S. Radhakrishnan.

Select the correct answer using the code given below:
    A) 1 and 2 only
    B) 2 and 3 only
    C) 1 and 3 only
    D) 1, 2 and 3

97. Which one of the following statements best describes the role of B cells and T cells in the human body?
    A) They protect the body from environmental allergens.
    B) They alleviate the body's pain and inflammation.
    C) They act as immunosuppressants in the body.
    D) They protect the body from the diseases caused by pathogens.

98. Consider the following statements:
    1. Other than those made by humans, nanoparticles do not exist in nature.
    2. Nanoparticles of some metallic oxides are used in the manufacture of some cosmetics.
    3. Nanoparticles of some commercial products which enter the environment are unsafe for humans.

Which of the statements given above is/are correct?
    A) 1 only
    B) 3 only
    C) 1 and 2
    D) 2 and 3

99. **Consider the following statements:**

    DNA Barcoding can be a tool to:
    1. assess the age of a plant or animal.
    2. distinguish among species that look alike.
    3. identify undesirable animal or plant materials in processed foods.

    Which of the statements given above is/are correct?

    A) 1 only B) 3 only
    C) 1 and 2 D) 2 and 3

100. **Consider the followings:**
    1. Carbon monoxide
    2. Nitrogen oxide
    3. Ozone
    4. Sulphur dioxide

    Excess of which of the above in the environment is/are cause(s) of acid rain?

    A) 1, 2 and 3
    B) 2 and 4 only
    C) 4 only D) 1, 3 and 4

* * * * *

ANSWERS

1. (B) 2. (C) 3. (B) 4. (C) 5. (A) 6. (B) 7. (A) 8. (D) 9. (A) 10. (C)

11. (B) 12. (B) 13. (B) 14. (B) 15. (B) 16. (B) 17. (D) 18. (C) 19. (B) 20. (A)

21. (B) 22. (D) 23. (B) 24. (C) 25. (B) 26. (A) 27. (C) 28. (B) 29. (B) 30. (B)

31. (D) 32. (D) 33. (D) 34. (C) 35. (B) 36. (D) 37. (D) 38. (C) 39. (B) 40. (C)

41. (A) 42. (B) 43. (D) 44. (B) 45. (C) 46. (A) 47. (A) 48. (A) 49. (A) 50. (C)

51. (C) 52. (B) 53. (D) 54. (B) 55. (B) 56. (C) 57. (B) 58. (D) 59. (B) 60. (D)

61. (A) 62. (C) 63. (B) 64. (B) 65. (C) 66. (D) 67. (C) 68. (D) 69. (A) 70. (C)

71. (C) 72. (A) 73. (A) 74. (B) 75. (C) 76. (A) 77. (A) 78. (D) 79. (D) 80. (A)

81. (D) 82. (C) 83. (C) 84. (B) 85. (D) 86. (B) 87. (C) 88. (B) 89. (A) 90. (A)

91. (B) 92. (B) 93. (B) 94. (A) 95. (A) 96. (A) 97. (D) 98. (D) 99. (D) 100. (B)

UPSC Civil Services Exam - 2022
Original Q Paper - Paper - II (CSAT)

Time Allowed : 2 Hrs.
No. of Questions : 80
Maximum Marks : 200
Held on 05.06.2022

Directions (Qns. 1-3) : Read the following two passages and answer the items that follow the passages. Your answers to these items should be based on the passages only.

Passage - 1

The main threat to maintaining progress in human development comes from the increasingly evident unsustainability of production and consumption patterns. Current production models rely heavily on fossil fuels. We now know that this is unsustainable because the resources are finite. The close link between economic growth and greenhouse gas emissions needs to be served for human development to become truly sustainable. Some developed countries have begun to alleviate the worst effects by expanding recycling and investing in public transport and infrastructure. But most developing countries are hampered by the high costs and low availability of clean energy sources. Developed countries need to support developing countries transition to sustainable human development.

1. Unsustainability in production pattern is due to which of the following?
   1. Heavy dependence on fossil fuels
   2. Limited availability of resources
   3. Expansion of recycling

   Select the correct answer using the code given below.
   A) 1 and 2 only
   B) 2 only
   C) 1 and 3 only
   D) 1, 2 and 3

2. Consider the following statements:

   Developed countries can support developing countries' transition to sustainable human development by
   1. making clean energy sources available at low cost
   2. providing loans for improving their public transport at nominal interest rates
   3. encouraging them to change their production and consumption patterns

   Which of the statements given above is/are correct?
   A) 1 only
   B) 1 and 2 only
   C) 2 and 3 only
   D) 1, 2 and 3

Passage–2

Unless the forces and tendencies which are responsible for destroying the country's environment are checked in the near future and afforestation of denuded areas is taken up on a massive scale, the harshness of the climatic conditions and soil erosion by wind and water will increase to such an extent that agriculture, which is the mainstay of our people, will gradually become impossible. The desert countries of the world and our own desert areas in Rajasthan are a grim reminder of the consequences of large-scale deforestation. Pockets of desert-like landscape are now appearing in other parts of the country including the Sutlej-Ganga Plains and Deccan Plateau. Where only a few decades back there used to be lush green forests with perennial streams and springs, there is only brown earth, bare of vegetation, without any water in the streams and springs except in the rainy season.

3. According to the passage given above, deforestation and denudation will ultimately lead to which of the following?
  1. Depletion of soil resource
  2. Shortage of land for the common man
  3. Lack of water for cultivation

  Select the correct answer using the code given below.
  A) 1 and 2 only
  B) 2 and 3 only
  C) 1 and 3 only
  D) 1, 2 and 3

4. What is the value of X in the sequence 20, 10, 10, 15, 30, 75, X ?

  A) 105   B) 120
  C) 150   D) 225

5. An Identity Card has the number ABCDEFG, not necessarily in that order, where each letter represents a distinct digit (1, 2, 4, 5, 7, 8, 9 only). The number is divisible by 9. After deleting the first digit from the right, the resulting number is divisible by 6. After deleting two digits from the right of original number, the resulting number is divisible by 5. After deleting three digits from the right of original number, the resulting number is divisible by 4. After deleting four digits from the right of original number, the resulting number is divisible by 3. After deleting five digits from the right of original number, the resulting number is divisible by 2. Which of the following is a possible value for the sum of the middle three digits of the number?

  A) 8   B) 9
  C) 11   D) 12

6. Two friends X and Y start running and they run together for 50 m in the same direction and reach a point. X turns right and runs 60 m, while Y turns left and runs 40 m. Then X turns left and runs 50 m and stops, while Y turns right and runs 50 m and then stops. How far are the two friends from each other now?

A) 100 m B) 90 m
C) 60 m   D) 50 m

7. Which date of June 2099 among the following is Sunday?
   A) 4   B) 5
   C) 6   D) 7

8. A bill for ₹ 1,840 is paid in the denominations of ₹ 50, ₹ 20 and ₹ 10 notes. ₹ 50 notes in all are used. Consider the following statements:
   1. ₹ 25 notes of ₹ 50 are used and the remaining are in the denominations of ₹ 20 and ₹ 10.
   2. ₹ 35 notes of ₹ 20 are used and the remaining are in the denominations of ₹ 50 and ₹ 10.
   3. ₹ 20 notes of ₹ 10 are used and the remaining are in the denominations of ₹ 50 and ₹ 20.

   Which of the above statements are not correct?
   A) 1 and 2 only
   B) 2 and 3 only
   C) 1 and 3 only
   D) 1, 2 and 3

9. Which number amongst 2^{40}, 3^{21}, 4^{18} and 8^{12} is the smallest?
   A) 2^{40} B) 3^{21}
   C) 4^{18} D) 8^{12}

10. The digits 1 to 9 are arranged in three rows in such a way that each row contains three digits, and the number formed in the second row is twice the number formed in the first row; and the number formed in the third row is thrice the number formed in the first row. Repetition of digits is not allowed. If only three of the four digits 2, 3, 7 and 9 are allowed to use in the first row, how many such combinations are possible to be arranged in the three rows?
    A) 4   B) 3
    C) 2   D) 1

Directions (Qns. 11-14) : Read the following two passages and answer the items that follow the passages. Your answers to these items should be based on the passages only.

Passage - 1

"In simple matters like shoe-making, we think only a specially trained person will serve our purpose, but in politics, we presume that everyone who knows how to get votes knows how to administer a State. When we are ill, we call for a trained physician whose degree is a guarantee of specific preparation and technical competence—we do not ask for the handsomest physician, or the most eloquent one: well then, when the whole State is ill should we not look for the service and guidance of the wisest and the best?"

11. Which one of the following statements best reflects the message of the author of the passage?

A) We assume that in a democracy, any politician is qualified to administer a State.
B) Politicians should be selected from those trained in administration.
C) We need to devise a method of barring incompetence from public office.
D) As voters select their administrators, the eligibility of politicians to administer a State cannot be questioned.

Passage –2

The poverty line is quite unsatisfactory when it comes to grasping the extent of poverty in India. It is not only because of its extremely narrow definition of 'who is poor' and the debatable methodology used to count the poor, but also because of a more fundamental assumption underlying it. It exclusively relies on the notion of poverty as insufficient income or insufficient purchasing power. One can better categorize it by calling it income poverty. If poverty is ultimately about deprivations affecting human well-being, then income poverty is only one aspect of it. Poverty of a life, in our view, lies not merely in the impoverished state in which the person actually lives, but also in the lack of real opportunity given by social constraints as well as personal circumstances–to choose other types of living. Even the relevance of low incomes, meagre possessions, and other aspects of what are standardly seen as economic poverty relate ultimately to their role in curtailing capabilities, i.e., their role in severely restricting the choices people have to lead variable and valued lives.

12. **Why is the methodology adopted in India to count the 'poor' debatable?**
    A) There is some confusion regarding what should constitute the 'poverty line'.
    B) There are wide diversities in the condition of the rural and urban poor.
    C) There is no uniform global standard for measuring income poverty.
    D) It is based on the proposition of poverty as meagre income or buying capacity.

13. **Why is income poverty only one measure of counting the 'poor'?**
    A) It talks of only one kind of deprivation ignoring all others.
    B) Other deprivations in a human life have nothing to do with lack of purchasing power.
    C) Income poverty is not a permanent condition, it changes from time to time.
    D) Income poverty restricts human choices only at a point of time.

14. What does the author mean by 'poverty of a life'?
    A) All deprivations in a human life which stem not only from lack of income but lack of real opportunities
    B) Impoverished state of poor people in rural and urban areas
    C) Missed opportunities in diverse personal circumstances
    D) Material as well as non-material deprivations in a human life which restrict human choices permanently.

15. X and Y run a 3 km race along a circular course of length 300 m. Their speeds are in the ratio 3:2. If they start together in the same direction, how many times would the first one pass the other (the start-off is not counted as passing)?
    A) 2   B) 3
    C) 4   D) 5

16. If the order of the letters in the English alphabet is reversed and each letter represents the letter whose position it occupies, then which one of the following represents 'LUCKNOW'?
    A) OGXPMLD
    B) OGXQMLE
    C) OFXPMLE
    D) OFXPMLD

17. In a tournament of Chess having 150 entrants, a player is eliminated whenever he loses a match. It is given that no match results in a tie/draw. How many matches are played in the entire tournament?
    A) 151   B) 150
    C) 149   D) 148

18. How many 3-digit natural numbers (without repetition of digits) are there such that each digit is odd and the number is divisible by 5?
    A) 8   B) 12
    C) 16   D) 24

19. Consider the Question and two Statements given below:
    Question   : Is x an integer?
    Statement-1 : $x/3$ is not an integer.
    Statement-2 : $3x$ is an integer.
    Which one of the following is correct in respect of the Question and the Statements?
    A) Statement-1 alone is sufficient to answer the Question
    B) Statement-2 alone is sufficient to answer the Question
    C) Both Statement-1 and Statement-2 are sufficient to answer the Question
    D) Both Statement-1 and Statement-2 are not sufficient to answer the Question

20. The increase in the price of a certain item was 25%. Then the price was decreased by 20% and then again increased by 10%. What is the resultant increase in the price?
   A) 5%   B) 10%
   C) 12.5%   D) 15%

Directions (Qns. 21-23) : Read the following passage and answer the items that follow the passage. Your answers to these items should be based on the passage only.

Passage

In some places in the world, the productivity of staples such as rice and wheat has reached a plateau. Neither new strains nor fancy agrochemicals are raising the yields. Nor is there much unfarmed land left that is suitable to be brought under the plough. If global temperature continues to rise, some places will become unsuitable for farming. Application of technology can help overcome these problems. Agricultural technology is changing fast. Much of this change is brought about by affluent farmers in the West/Americas. Techniques developed in the West are being adapted in some places to make tropical crops more productive. Technology is of little use if it is not adapted. In the developing world, that applies as much to existing farming techniques as it does to the latest advances in genetic modification. Extending to the smallholders and subsistence farmers of Africa and Asia the best of today's agricultural practices, in such simple matters as how much fertilizers to apply and when, would lead to a greatly increased availability of food for humanity. So would things like better roads and storage facilities, to allow for the carriage of surpluses to markets and reduce wastage.

21. Based on the above passage, the following assumptions have been made:
   1. Development of agricultural technology is confined to developed countries.
   2. Agricultural technology is not adapted in developing countries.

   Which of the above assumptions is/are valid?
   A) 1 only
   B) 2 only
   C) Both 1 and 2
   D) Neither 1 nor 2

22. Based on the above passage, the following assumptions have been made:
   1. Poor countries need to bring about change in their existing farming techniques.
   2. Developed countries have better infrastructure and they waste less food.

   Which of the above assumptions is/are valid?
   A) 1 only
   B) 2 only
   C) Both 1 and 2
   D) Neither 1 nor 2

23. Based on the above passage, the following assumptions have been made:
    1. Growing enough food for future generation will be a challenge.
    2. Corporate farming is a viable option for food security in poor countries.

    Which of the above assumptions is/are valid?
    A) 1 only
    B) 2 only
    C) Both 1 and 2
    D) Neither 1 nor 2

24. The letters A, B, C, D and E are arranged in such a way that there are exactly two letters between A and E. How many such arrangements are possible?
    A) 12   B) 18
    C) 24   D) 36

25. Consider the Question and two Statements given below:
    Question   : Is Z brother of X?
    Statement-1 : X is a brother of Y and Y is a brother of Z.
    Statement-2 : X, Y and Z are siblings.

    Which one of the following is correct in respect of the Question and the Statements?

    A) Statement-1 alone is sufficient to answer the Question
    B) Statement-2 alone is sufficient to answer the Question
    C) Both Statement-1 and Statement-2 are sufficient to answer the Question
    D) Both Statement-1 and Statement-2 are not sufficient to answer the Question

26. On one side of a 1.01 km long road, 101 plants are planted at equal distance from each other. What is the total distance between 5 consecutive plants?
    A) 40 m   B) 40.4 m
    C) 50m   D) 50.5 m

27. A, B and C are three places such that there are three different roads from A to B, four different roads from B to C and three different roads from A to C. In how many different ways can one travel from A to C using these roads?
    A) 10   B) 13
    C) 15   D) 36

28. A has some coins. He gives half of the coins and 2 more to B. B gives half of the coins and 2 more to C. C gives half of the coins and 2 more to D. The number of coins D has now, is the smallest two-digit number. How many coins does A have in the beginning?

A) 76   B) 68
C) 60   D) 52

29. In the series AABABCABCDABCDE.., which letter appears at the 100th place?
    A) G   B) H
    C) I   D) J

30. Three persons A, B and C are standing in a queue not necessarily in the same order. There are 4 persons between A and B, and 7 persons between B and C. If there are 11 persons ahead of C and 13 behind A, what could be the minimum number of persons in the queue?
    A) 22   B) 28
    C) 32   D) 38

Directions (Qns. 31-34) : Read the following two passages and answer the items that follow the passages. Your answers to these items should be based on the passages only.

Passage - 1

Natural selection cannot anticipate future environments on the earth. Therefore, the set of existing organisms can never be fully prepared for environmental catastrophes that await life. An outcome of this is the extinction of those species which cannot overcome environmental adversity. This failure to survive, in modern terms, can be attributed to the genomes which are unable to withstand geological vagaries or biological mishaps infections, diseases and so on). In biological evolution on the earth, extinction of species has been a major feature. The earth may presently have up to ten million species, yet more than 90% of species that have ever lived on the earth are now extinct. Once again, the creationist doctrines fail to satisfactorily address why a divine creator will firstly bother to create millions of species and then allow them to perish. The Darwinian explanation for extinct life is once again simple, elegant and at once convincing organisms go extinct as a function of environmental or biological assaults for which their inheritance deems them ill-equipped. Therefore, the so-called Darwinian theory of evolution is not a theory at all. Evolution happens- this is a fact. The mechanism of evolution (Darwin proposed natural selection) is amply supported by scientific data. Indeed, to date no single zoological, botanical, geological, paleontological, genetic or physical evidence has refuted either of the central two main Darwinian ideas. If religion is not taken into consideration, Darwinian laws are acceptable just like the laws proposed by Copernicus, Galileo, Newton and Einstein-sets of natural laws that explain natural phenomena in the universe.

31. According to the passage, natural selection cannot anticipate future environments on the earth as
    1. species not fully prepared to face the environmental changes that await them will face extinction

2. all the existing species would get extinct as their genomes will not withstand biological mishaps
3. inability of the genome to withstand environmental changes would result in extinction
4. extinction of species is a common feature

Select the correct answer using the code given below.
A) 1, 2 and 3
B) 2, 3 and 4
C) 1, 3 and 4
D) 1, 2 and 4

32. **The passage suggests that Darwinian theory of evolution is not a theory at all because**
A) it does not satisfy the creationist doctrine
B) extinction is a function of environment and biological assaults
C) there are no evidences to refute it
D) existence of organisms is attributed to a creator

33. **With reference to the passage, the following assumptions have been made:**
1. Only species that have the ability to overcome environmental catastrophes will survive and perpetuate.
2. More than 90% of the species on the earth are in the danger of getting extinct due to drastic changes in the environment.
3. Darwin's theory explains all the natural phenomena.

Which of the above assumptions is/are valid?
A) 1 only
B) 1 and 2 only
C) 3 only
D) 1, 2 and 3

Passage-2

With steady economic growth, higher literacy and increasing skill levels, the number of Indian middle-class families has gone up exponentially. Direct results of the affluence have been changes in dietary patterns and energy consumption levels. People have moved to a higher protein-based diet like milk products, fish and meat, all of which need significantly more water to produce than cereal-based diets. Increasing use of electronic and electric machines/gadgets and motor vehicles needs more and more energy and generation of energy needs water.

34. **Which one of the following statements best reflects the crux of the passage?**
A) People should be persuaded to continue with the mainly Indian traditional cereal-based diets.
B) India needs to focus on developing agricultural productivity and capacity for more energy generation in the coming years.

C) Modern technological developments result in the change of cultural and social behaviour of the people.
D) Water management practices in India need to change dramatically in the coming years.

35. How many seconds in total are there in x weeks, x days, x hours, x minutes and x seconds?
    A) $11580x$ B) $11581x$
    C) $694860x$ D) $694861x$

36. P, Q, R, S, T and U are six members of a family. R is the spouse of Q, U is the mother of T and S is the daughter of U. P's daughter is T and R's son is P. There are two couples in the family. Which one of the following is correct?
    A) Q is the grandfather of T
    B) Q is the grandmother of T
    C) R is the mother of P
    D) T is the granddaughter of Q

37. Consider the Question and two Statements given below in respect of three cities P, Q and R in a State:
    Question   : How far is city P from city Q ?
    Statement-1 : City is 18 km from city R.
    Statement-2 : City P is 43 km from city R.

    Which one of the following is correct in respect of the Question and the Statements?
    A) Statement-1 alone is sufficient to answer the Question
    B) Statement-2 alone is sufficient to answer the Question
    C) Both Statement-1 and Statement-2 are sufficient to answer the Question
    D) Both Statement-1 and Statement-2 are not sufficient to answer the Question

38. Two Statements followed by four Conclusions are given below. You have to take the Statements to be true even if they seem to be at variance from the commonly known facts. Read all the Conclusions and then decide which of the given Conclusions logically follows follow from the Statements, disregarding the commonly known facts :
    Statement-1   : All pens are books.
    Statement-2   : No chair is a pen.
    Conclusion-I : All chairs are books.
    Conclusion-II : Some chairs are pens.
    Conclusion-III: All books are chairs.
    Conclusion-IV: No chair is a book.

    Which one of the following is correct?

A) Only Conclusion-I
B) Only Conclusion-II
C) Both Conclusion-III and Conclusion-IV
D) None of the Conclusion follows

39. Three Statements followed by three Conclusions are given below. You have to take the Statements to be true even if they seem to be at variance from the commonly known facts. Read all the Conclusions and then decide which of the given Conclusions logically follows/ follow from the Statements, disregarding the commonly known facts:

Statement-1 : Some doctors are teachers
Statement-2 : All teachers are engineers.
Statement-3 : All engineers are scientists.
Conclusion-I : Some scientists are doctors.
Conclusion-II: All engineers are doctors.
Conclusion-III: Some engineers are doctors.

Which one of the following is correct?
A) Only Conclusion-I
B) Only Conclusion-II
C) Both Conclusion-I and Conclusion-III
D) Both Conclusion-I and Conclusion-II

40. Eight students A, B, C, D, E, F, G and H sit around a circular table, equidistant from each other, facing the centre of the table, not necessarily in the same order. B and D sit neither adjacent to C nor opposite to C. A sits in between E and D. And F sits in between B and H. Which one of the following is definitely correct?
A) B sits in between A and G
B) C sits opposite to G
C) E sits opposite to F
D) None of the above

Directions (Qns. 41-44) : Read the following two passages and answer the items that follow the passages. Your answers to these items should be based on the passages only.

Passage - 1

For two or three generations past, ever-increasing number of individuals have been living as workers merely, not as human beings. An excessive amount of labour is rule today in every circle of society, with the result that man's spiritual element cannot thrive. He finds it very difficult to spend his little leisure in serious activities. He does not want to think; or he cannot even if he wants to. He seeks not self-improvement, but entertainment which would enable him to be mentally idle and to forget his usual activities. Therefore, the so-called culture of our age is dependent more on cinema than on theatre, more on newspapers, magazines and crime stories than on serious literature.

41. The passage is based on the idea that
    A) man should not work hard
    B) the great evil of our age is overstrain
    C) man cannot think well
    D) man cannot care for his spiritual welfare

42. Man does not seek self-improvement because he
    A) is not intellectually capable
    B) has no time to do so
    C) is distracted by materialism
    D) loves amusement and is mentally idle

Passage-2

The demographic dividend, which has begun in India and is expected to last another few decades, is a great window of opportunity. The demographic dividend is basically a swelling in the working age population, which conversely means that the relative ratio of very young and very old will, for a while, be on the decline. From the experience of Ireland and China, we know that this can be a source of energy and an engine of economic growth. The demographic dividend tends to raise a nation's savings rate since in any nation, it is the working age population that is the main saver. And since the savings rate is an important driver of growth, this should help elevate our growth rate. However, the benefits of demographic dividend depend on the quality of the working age population. And this implies bringing back the importance of education, acquisition of skills and human capital.

43. Which of the following would invariably happen in a country, when the demographic dividend has begun to operate?
    1. The number of illiterate people will decrease.
    2. The ratio of very old and very young will decrease for a while.
    3. Population growth rate will quickly stabilize.

    Select the correct answer using the code given below.
    A) 1 and 2 only
    B) 2 only
    C) 1 and 3 only
    D) 1, 2 and 3

44. With reference to the passage, which of the following inferences can be drawn?
    1. Demographic dividend is an essential condition for a country to rapidly increase its economic growth rate.
    2. Promotion of higher education is an essential condition for a country for its rapid economic growth.

    Select the correct answer using the code given below.
    A) 1 only
    B) 2 only
    C) Both 1 and 2
    D) Neither 1 nor 2

45. Five friends P, O, X, Y and Z purchased some notebooks. The relevant information is given below:
    1. Z purchased 8 notebooks more than X did.
    2. P and Q together purchased 21 notebooks.
    3. O purchased 5 notebooks less than P did.
    4. X and Y together purchased 28 notebooks.
    5. P purchased 5 notebooks more than X did.

    If each notebook is priced ₹ 40, then what is the total cost of all the notebooks?
    A) ₹ 2,600 B) ₹ 2,400
    C) ₹ 2,360 D) ₹ 2,320

46. A man started from home at 14:30 hours and drove to village, arriving there when the village clock indicated 15:15 hours. After staying for 25 minutes, he drove back by a different route of length 1.25 times the first route at a rate twice as fast reaching home at 16:00 hours. As compared to the clock at home, the village clock is
    A) 10 minutes slow
    B) 5 minutes slow
    C) 10 minutes fast
    D) 5 minutes fast

47. A person X wants to distribute some pens among six children A B C D E and F. Suppose A gets twice the number of pens received by B, three times that of C, four times that of D, five times that of E and six times that of F. What is the minimum number of pens X should buy so that the number of pens each one gets is an even number?
    A) 147   B) 150
    C) 294   D) 300

48. Six Persons A, B, C, D, E and F are sitting equidistant form each other around a circular table (facing the centre of the table).
    Consider the Question and two statements given below:
    Question : Who is sitting on the immediate left of A?
    Statement-1 : B is sitting opposite to C and D is sitting opposite to E.
    Statement -2 : F is sitting on the immediate left of B.
    Which one of the following is correct in respect of the Question and the Statements?
    A) Statement-1 alone is sufficient to answer the question
    B) Statement-2 alone is sufficient to answer the question
    C) Both Statement-1 and Statement-2 are sufficient to answer the Question
    D) Both Statement-1 and Statement-2 are not sufficient to answer the Question

49. Consider the Question and two Statements given below:
   Question : What is the age of Manisha?
   Statement-1 : Manisha is 24 years younger than her mother.
   Statement-2 : 5 years later, the ages of Manisha and her mother will be in the ratio 3:5.

   Which one of the following is correct in respect of the Question and the Statement?
   A) Statements-1 alone is sufficient to answer the Question
   B) Statement-2 alone is sufficient to answer the question
   C) Both Statement-1 and Statement-2 are sufficient to answer the Question
   D) Both Statement-1 and Statement-2 are not sufficient to answer the Question

50. Six lectures A B C D E and F, each of one hour duration, are scheduled between 8:00 am, and 2:00 p.m.
   Consider the Question and two Statements given below:
   Question : Which lecture is in the third period?
   Statement-1 : Lecture F is preceded by A and followed by C
   Statement-2 : There is no lecture after lecture B.

   Which one of the following is correct in respect of the Question and the Statements?
   A) Statement-1 alone is sufficient to answer the question
   B) Statement-2 alone is sufficient to answer the question
   C) Both Statement-1 and Statement-2 are sufficient to answer the Question
   D) Both Statement-1 and Statement-2 are not sufficient to answer the Question

Directions (Qns. 51-53) : Read the following two passages and answer the items that follow the passages. Your answers to these items should be based on the passages only.

Passage - 1

In an economic organization, allowing mankind to benefit by the productivity of machines should lead to a very good life of leisure, and much leisure is apt to be tedious except to those who have intelligent activities and interests. If a leisured population is to be happy, it must be an educated population, and must be educated with a view to enjoyment as well as to the direct usefulness of technical knowledge.

51. Which of the following statements best reflects the underlying tone of the passage?
   A) Only an educated population can best make use of the benefits of economic progress.
   B) All economic development should be aimed at the creation of leisure.
   C) An increase in the educated population of a country leads to an increase in the happiness of its people.
   D) Use of machines should be encouraged in order to create a large leisured population.

Passage-2

If presents bring less thrill now that we are grown up, perhaps it is because we have too much already, or perhaps it is because we have lost the fullness of the joy of giving and with it the fullness of the joy of receiving. Children's fears are poignant, their miseries are acute, but they do not look too forward nor too far backward. Their joys are clear and complete, because they have not yet learnt always to add 'but' to every proposition. Perhaps we are too cautious, too anxious, too sceptical. Perhaps some of our cares would shrink if we thought less about them and entered with more single-minded enjoyment into the happiness that come our way.

52. With reference to the passage, which one of the following statements is correct?
   A) It is not possible for adults to feel thrilled by presents.
   B) There can be more than one reason why adults feel less thrilled by presents.
   C) The author does not know why adults feel less thrilled by presents.
   D) Adults have less capacity to feel the joy of loving or being loved.

53. The author of the passage is against
   A) worrying too much about the past and future
   B) being in the habit of thinking about presents
   C) not being thrilled by new things
   D) giving and receiving joy only partially

54. Let A, B and C represent distinct non-zero digits. Suppose x is the sum of all possible 3-digit numbers formed by A, B and C without repetition.

   Consider the following statements:
   1. The 4-digit least value of x is 1332.
   2. The 3-digit greatest value of x is 888

   Which of the above statements is/are correct?
   A) 1 only
   B) 2 only
   C) Both 1 and 2
   D) Neither 1 nor 2

55. There is a numeric lock which has a 3-digit PIN. The PIN contains digits 1 to 7. There is no repetition of digits. The digits in the PIN from left to right are in decreasing order. Any two digits in the PIN differ by at least 2. How many maximum attempts does one need to find out the PIN with certainty?
A) 6   B) 8
C) 10 D) 12

56. There are eight equidistant points on a circle. How many right-angled triangles can be drawn using these points as vertices and taking the diameter as one side of the triangle`
A) 24 B) 16
C) 12 D) 8

57. 24 men and 12 women can do a piece of work in 30 days. In how many days can 12 men and 24 women do the same piece of work?
A) 30 days
B) more than 30 days
C) Less than 30 days or more than 30 days
D) Data is inadequate to draw any conclusion

58. What is the remainder when $91 \times 92 \times 93 \times 94 \times 95 \times 96 \times 97 \times 98 \times 99$ is divided by 1261?
A) 3   B) 2
C) 1   D) 0

59. Consider the following statements in respect of a rectangular sheet of length 20 cm and breadth 8 cm:
1. It is possible to cut the sheet exactly into 4 square sheets.
2. It is possible to cut the sheet into 10 triangular sheets of equal area.

Which of the above statements is are correct?
A) 1 only
B) 2 only
C) Both 1 and 2
D) Neither 1 nor 2

60. When 70% of a number x is added to another number y, the sum becomes 165% of the value of y. When 60% of the number x is added to another number z, then the sum becomes 165% of the value of z. Which one of the following is correct?
A) $z < x < y$
B) $x < y < z$
C) $y < x < z$
D) $z < y < x$

Directions (Qns. 61-63) : Read the following two passages and answer the items that follow the passages. Your answers to these items should be based on the passages only.

Passage - 1

The majority of people who fail to accumulate money sufficient for their needs, are generally, easily influenced by the opinions of others. They permit the newspapers and the gossiping neighbours to do their thinking for them. Opinions are the cheapest commodities on the earth. Everyone has a flock of opinions ready to be wished upon by anyone who will accept them. If you are influenced by opinions when you reach decisions, you will not succeed in any undertaking.

61. Which one of the following is implied by the passage?
   A) Most of the people do not accumulate money for their needs.
   B) Most of the people never fail to accumulate money for their needs.
   C) There are people who fail to accumulate money for their needs.
   D) There is no need to accumulate money.

62. What is the main idea of the passage?
   A) People should not be influenced by the opinions of others.
   B) People should accumulate as much money as they can.
   C) People should neither give nor accept the opinions.
   D) People will succeed in any undertaking if they do not accept any opinion at all

Passage-2

"The social order is a sacred right which is the basis of all other rights. Nevertheless, this right does not come from nature, and must therefore be founded on conventions."

63. With reference to the above passage which of the following statements is/are correct?
   1. Conventions are the sources of rights of man.
   2. Rights of man can be exercised only when there is a social order.

   Select the correct answer using the code given below.
   A) 1 only
   B) 2 only
   C) Both 1 and 2
   D) Neither 1 nor 2

64. Two candidates X and Y contested an election. 80% of voters cast their vote and there were no invalid votes. There was no NOTA (None of the above) option. X got 56% of the votes cast and won by 1440 votes. What is the total number of voters in the voters list?
   A) 15000   B) 12000
   C) 9600   D) 5000

65. What is the smallest number greater than 1000 that when divided by any one of the numbers 6, 9, 12, 15, 18 leaves a remainder of 3?
   A) 1063   B) 1073
   C) 1083   D) 1183

66. Let p be a two-digit number and q be the number consisting of same digits written in reverse order. If p × q = 2430, then what is the difference between p and q?

A) 45 B) 27
C) 18 D) 9

67. Consider the following statements in respect of two natural numbers p and q such that p is a prime number and q is a composite number:
   1. p × q can be an odd number.
   2. q / p can be a prime number.
   3. p + q can be a prime number.

   Which of the above statements are correct?
   A) 1 and 2 only
   B) 2 and 3 only
   C) 1 and 3 only
   D) 1, 2 and 3

68. Consider the following statements :
   1. Between 3 : 16 p.m. and 3 : 17 p.m., both hour hand and minute hand coincide.
   2. Between 4 : 58 p.m. and 4 : 59 p.m., both minute hand and second hand coincide.

   Which of the above statements is/are correct?
   A) 1 only
   B) 2 only
   C) Both 1 and 2
   D) Neither 1 nor 2

69. There are two containers X and Y. X contains 100 ml of milk and Y contains 100 ml of water. 20 ml of milk from X is transferred to Y. After mixing well, 20 ml of the mixture in Y is transferred back to X. If m denotes the proportion of milk in X and n denotes the proportion of water in Y, then which one of the following is correct?
   A) m = n
   B) m > n
   C) m < n
   D) Cannot be determined due to insufficient data

70. A pie chart gives the expenditure on five different items A, B, C, D and E in a household. If B, C, D and E correspond to 90°, 50°, 45° and 75° respectively, then what is the percentage of expenditure on item A?
   A) 112/9   B) 125/6
   C) 155/9   D) 250/9

Directions (Qns. 71-73) : Read the following two passages and answer the items that follow the passages. Your answers to these items should be based on the passages only.

Passage - 1

To encourage research is one of the functions of a university. Contemporary universities have encouraged research, not only in those cases where research is necessary, but on all sorts of entirely unprofitable subjects as well. Scientific research is probably never completely valueless. However silly and insignificant it may seem, however mechanical and unintelligent the labours of the researchers, there is always a chance that the results may be of value to the investigator of talent, who can use the facts collected for him by uninspired but industrious researchers as the basis of some fruitful generalization. But where research is not original, but consists in the mere rearrangement of existing materials, where its objects is not scientific but literary or historical, then there is a risk of the whole business becoming merely futile.

71. The author's assumption about scientific research is that
   A) it is never very valuable
   B) it is sometimes very valuable
   C) it is never without some value
   D) it is always very valuable

72. According to the author
   A) not many research results can be of value to an intelligent investigator
   B) a research result is always valuable to an intelligent investigator
   C) any research result can be of value to an intelligent investigator
   D) a research result must always be of some value to an intelligent investigator

Passage–2

How best can the problems of floods and droughts be addressed so that the losses are minimal and the system becomes resilient? In this context, one important point that needs to be noted is that India gets "too much' water (about 75% of annual precipitation) during 120 days (June to September) and "too little' for the remaining 245 days. This skewed water availability has to be managed and regulated for its consumption throughout the year.

73. Which one of the following best reflects the practical, rational and lasting solution?
   A) Constructing huge concrete storage tanks and canals across the country
   B) Changing the cropping patterns and farming practices
   C) Interlinking of rivers across the country
   D) Buffer stocking of water through dams and recharging aquifers

74. If, $15 \times 14 \times 13 \times ... \times 3 \times 2 \times 1 = 3^m \times n$

   Where m and n are positive integers, then what is the maximum value of m?
   A) 7   B) 6
   C) 5   D) 4

75. What is the value of X in the sequence 2, 12, 36, 80, 150, X?
   A) 248   B) 252
   C) 258   D) 262

76. One non-zero digit, one vowel and one consonant from English alphabet (in capital) are to be used in forming passwords, such that

each password has to start with a vowel and end with a consonant. How many such passwords can be generated?
A) 105   B) 525
C) 945   D) 1050

77. There are 9 cups placed on a table arranged in equal number of rows and columns out of which 6 cups contain coffee and 3 cups contain tea. In how many ways can they be arranged so that each row should contain at least one cup of coffee?
A) 18   B) 27
C) 54   D) 81

78. The sum of three consecutive integers is equal to their product. How many such possibilities are three?

A) Only one
B) Only two
C) Only three
D) No such possibility is there

79. What is the number of numbers of the form 0.XY, where X and Y are distinct non-zero digits?
A) 72   B) 81
C) 90   D) 100

80. The average weight of A, B, C is 40 kg, the average weight of B, D, E is 42 kg and the weight of F is equal to that of B. What is the average weight of A, B, C, D, E and F?
A) 40.5 kg
B) 40.8 kg
C) 41 kg
D) Cannot be determined as data is inadequate

✦✦✦✦✦

ANSWERS

1. (A) 2. (D) 3. (C) 4. (A) 5. (A) 6. (D) 7. (D) 8. (D) 9. (B) 10. (C)

11. (A) 12. (D) 13. (A) 14. (A) 15. (B) 16. (D) 17. (C) 18. (B) 19. (D) 20. (B)

21. (D) 22. (A) 23. (A) 24. (C) 25. (D) 26. (B) 27. (C) 28. (D) 29. (C) 30. (A)

31. (C) 32. (C) 33. (A) 34. (D) 35. (D) 36. (D) 37. (D) 38. (D) 39. (C) 40. (D)

41. (B) 42. (B) 43. (B) 44. (D) 45. (A) 46. (D) 47. (C) 48. (D) 49. (C) 50. (D)

51. (C) 52. (B) 53. (A) 54. (A) 55. (C) 56. (A) 57. (D) 58. (D) 59. (C) 60. (A)

61. (C) 62. (A) 63. (C) 64. (A) 65. (C) 66. (D) 67. (D) 68. (C) 69. (A) 70. (D)

71. (C) 72. (C) 73. (D) 74. (B) 75. (B) 76. (C) 77. (D) 78. (C) 79. (A) 80. (C)

UPSC Civil Services Exam - 2023
Original Q Paper - Paper - I (General Studies)

Maximum Marks : 200
Time Allowed : 2 Hrs.   Held on 28.05.2023

1. Consider the following statements :
   1. Jhelum River passes through Wular Lake.
   2. Krishna River directly feeds Kolleru Lake.
   3. Meandering of Gandak River formed Kanwar Lake.

   How many of the statements given above are correct?
   A) Only one B) Only two
   C) All three D) None

2. Consider the following pairs :

Port	Well known as
1. Kamarajar Port	: First major port in India registered as a company
2. Mundra Port	: Largest privately owned port in India
3. Visakhapatnam Port	: Largest container port in India

   How many of the above pairs are correctly matched?
   A) Only one pair
   B) Only two pairs
   C) All three pairs
   D) None of the pairs

3. Consider the following trees :
   1. Jackfruit (Artocarpus heterophyllus)
   2. Mahua (Madhuca indica)
   3. Teak (Tectona grandis)

   How many of the above are deciduous trees?
   A) Only one B) Only two
   C) All three D) None

4. Consider the following statements :
   1. India has more arable area than China.
   2. The proportion of irrigated area is more in India as compared to China.
   3. The average productivity per hectare in Indian agriculture is higher than that in China.

   How many of the above statements are correct?
   A) Only one B) Only two
   C) All three D) None

5. Which one of the following is the best example of repeated falls in sea level, giving rise to present-day extensive marshland?
   A) Bhitarkanika Mangroves
   B) Marakkanam Salt Pans
   C) Naupada Swamp
   D) Rann of Kutch

6. Ilmenite and rutile, abundantly available in certain coastal tracts of India, are rich sources of which one of the following?

49

A) Aluminium
B) Copper
C) Iron
D) Titanium

7. About three-fourths of world's cobalt, a metal required for the manufacture of batteries for electric motor vehicles, is produced by
A) Argentina
B) Botswana
C) the Democratic Republic of the Congo
D) Kazakhstan

8. Which one of the following is a part of the Congo Basin?
A) Cameroon
B) Nigeria
C) South Sudan
D) Uganda

9. Consider the following statements :
1. Amarkantak Hills are at the confluence of Vindhya and Sahyadri Ranges.
2. Biligirirangan Hills constitute the easternmost part of Satpura Range.
3. Seshachalam Hills constitute the southernmost part of Western Ghats.

How many of the statements given above are correct?
A) Only one B) Only two
C) All three D) None

10. With reference to India's projects on connectivity, consider the following statements :
1. East-West Corridor under Golden Quadrilateral Project connects Dibrugarh and Surat.
2. Trilateral Highway connects Moreh in Manipur and Chiang Mai in Thailand via Myanmar.
3. Bangladesh-China-India-Myanmar Economic Corridor connects Varanasi in Uttar Pradesh with Kunming in China.

How many of the above statements are correct?
A) Only one B) Only two
C) All three D) None

11. Consider the following statements :

Statement - I : India, despite having uranium deposits, depends on coal for most of its electricity production.

Statement - II : Uranium, enriched to the extent of at least 60%, is required for the production of electricity.

Which one of the following is correct in respect of the above statements?

A) Both Statement-I and Statement-II are correct and Statement-II is the correct explanation for Statement-I
B) Both Statement-I and Statement-II ate correct and Statement-II is not the correct explanation for Statement-I
C) Statement-I is correct but Statement-II is incorrect
D) Statement-I is incorrect but Statement-II is correct

12. Consider the following statements :

    Statement-I : Marsupials are not naturally found in India.

    Statement-II : Marsupials can thrive only in montane grasslands with no predators.

    Which one of the following is correct in respect of the above statements?

    A) Both Statement-I and Statement-II are correct and Statement-II is the correct explanation for Statement-I

    B) Both Statement-I and Statement-II are correct and Statement-II is not the correct explanation for Statement-I

    C) Statement-I is correct but Statement-II is incorrect

    D) Statement-I is incorrect but Statement-II is correct

13. 'Invasive Species Specialist Group' (that develops Global Invasive Species Database) belongs to which one of the following organizations?

    A) The International Union for Conservation of Nature
    B) The United Nations Environment Programme
    C) The United Nations World Commission for Environment and Development
    D) The World Wide Fund for Nature

14. Consider the following fauna :
    1. Lion-tailed Macaque
    2. Malabar Civet
    3. Sambar Deer

    How many of the above are generally nocturnal or most active after sunset?

    A) Only one B) Only two
    C) All three D) None

15. Which of the following organisms perform waggle dance for others of their kin to indicate the direction and the distance to a source of their food?

    A) Butterflies
    B) Dragonflies
    C) Honeybees
    D) Wasps

16. Consider the following statements :
    1. Some mushrooms have medicinal properties.
    2. Some mushrooms have psychoactive properties.
    3. Some mushrooms have insecticidal properties.
    4. Some mushrooms have bioluminescent properties.

    How many of the above statements are correct?

    A) Only one
    B) Only two
    C) Only three
    D) All four

17. Consider the following statements regarding the Indian squirrels :
    1. They build nests by making burrows in the ground.
    2. They store their food materials like nuts and seeds in the ground.
    3. They are omnivorous.

How many of the above statements are correct?
A) Only one B) Only two
C) All three D) None

18. Consider the following statements :
   1. Some microorganisms can grow in environments with temperature above the boiling point of water.
   2. Some microorganisms can grow in environments with temperature below the freezing point of water.
   3. Some microorganisms can grow in highly acidic environment with a pH below 3.

   How many of the above statements are correct?
   A) Only one B) Only two
   C) All three D) None

19. Which one of the following makes a tool with a stick to scrape insects from a hole in a tree or a log of wood?
   A) Fishing cat
   B) Orangutan
   C) Otter
   D) Sloth bear

20. Consider the following :
   1. Aerosols 2. Foam agents
   3. Fire retardants
   4. Lubricants
   In the making of how many of the above are hydrofluorocarbons used?
   A) Only one B) Only two
   C) Only three
   D) All four

21. Consider the following statements :
   Statement-I : Interest income from the deposits in Infrastructure Investment Trusts (InvITs) distributed to their investors is exempted from tax, but the dividend is taxable.
   Statement-II : InvITs are recognized as borrowers under the 'Securitization and Reconstruction of Financial Assets and Enforcement of Security Interest Act, 2002'.
   Which one of the following is correct in respect of the above statements?
   A) Both Statement-I and Statement-II are correct and Statement-II is the correct explanation for Statement-I
   B) Both Statement-I and Statement-II are correct and Statement-II is not the correct explanation for Statement-I
   C) Statement-I is correct but Statement-II is incorrect
   D) Statement-I is incorrect but Statement-II is correct

22. Consider the following statements :
   Statement-I : In the post-pandemic recent past, many Central Banks worldwide had carried out interest rate hikes.
   Statement-II : Central Banks generally assume that they have the ability to counteract the rising consumer prices via monetary policy means.

Which one of the following is correct in respect of the above statements?

A) Both Statement-I and Statement-II are correct and Statement-II is the correct explanation for Statement-I
B) Both Statement-I and Statement-II are correct and Statement-II is not the correct explanation for Statement-I
C) Statement-I is correct but Statement-II is incorrect
D) Statement-I is correct but Statement-II is incorrect

23. Consider the following statements :

Statement-I : Carbon markets are likely to be one of the most widespread tools in the fight against climate change.

Statement-II : Carbon markets transfer resources from the private sector to the State.

Which one of the following is correct in respect of the above statements?

A) Both Statement-I and Statement-II are correct and Statement-II is the correct explanation for Statement-I
B) Both Statement-I and Statement-II are correct and Statement-II is not the correct explanation for Statement-I
C) Statement-I is correct but Statement-II is incorrect
D) Statement-I is incorrect but Statement-II is correct

24. Which one of the following activities of the Reserve Bank of India is considered to be part of 'sterilization'?

A) Conducting 'Open Market Operations'
B) Oversight of settlement and payment systems
C) Debt and cash management for the Central and State Governments
D) Regulating the functions of Nonbanking Financial Institutions

25. Consider the following markets :
1. Government Bond Market
2. Call Money Market
3. Treasury Bill Market
4. Stock Market

How many of the above are included in capital markets?

A) Only one B) Only two
C) Only three
D) All four

26. Which one of the following best describes the concept of 'Small Farmer Large Field'?

A) Resettlement of a large number of people, uprooted from their countries due to war, by giving them a large cultivable land which they cultivate collectively and share the produce
B) Many marginal farmers in an area organize themselves into groups and synchronize and harmonize selected agricultural operations

C) Many marginal farmers in an area together make a contract with a corporate body and surrender their land to the corporate body for a fixed term for which the corporate body makes a payment of agreed amount to the farmers

D) A company extends loans, technical knowledge and material inputs to a number of small farmers in an area so that they produce the agricultural commodity required by the company for its manufacturing process and commercial production

27. Consider the following statements :
   1. The Government of India provides Minimum Support Price for niger (Guizotia abyssinica) seeds.
   2. Niger is cultivated as a Kharif crop.
   3. Some tribal people in India use niger seed oil for cooking.

How many of the above statements are correct?
A) Only one   B) Only two
C) All three D) None

28. Consider the investments in the following assets :
   1. Brand recognition
   2. Inventory
   3. Intellectual property
   4. Mailing list of clients

How many of the above are considered intangible investments?
A) Only one   B) Only two
C) Only three
D) All four

29. Consider the following :
   1. Demographic performance
   2. Forest and ecology
   3. Governance reforms
   4. Stable government
   5. Tax and fiscal efforts

For the horizontal tax devolution, the Fifteenth Finance Commission used how many of the above as criteria other than population area and income distance?
A) Only two   B) Only three
C) Only four D) All five

30. Consider the following infrastructure sectors :
   1. Affordable housing
   2. Mass rapid transport
   3. Health care
   4. Renewable energy

On how many of the above does UNOPS Sustainable Investments in Infrastructure and Innovation (S3i) initiative focus for its investments?
A) Only one   B) Only two
C) Only three
D) All four

31. In essence, what does 'Due Process of Law' mean?
A) The principle of natural justice
B) The procedure established by law
C) Fair application of law
D) Equality before law

32. Consider the following statements:

    Statement-I : In India, prisons are managed by State Governments with their own rules and regulations for the day-to-day administration of prisons.

    Statement-II : In India, prisons are governed by the Prisons Act, 1894 which expressly kept the subject of prisons in the control of Provincial Governments.

    Which one of the following is correct in respect of the above statements?

    A) Both Statement-I and Statement-II are correct and Statement-II is the correct explanation for Statement-I
    B) Both Statement-I and Statement-II are correct and Statement-II is not the correct explanation for Statement-I
    C) Statement-I is correct but Statement-II is incorrect
    D) Statement-I is incorrect but Statement-II is correct

33. Which one of the following statements best reflects the Chief purpose of the 'Constitution' of a country?

    A) It determines the objective for the making of necessary laws.
    B) It enables the creation of political offices and a government.
    C) It defines and limits the powers of government.
    D) It secures social justice, social equality and social security.

34. In India, which one of the following Constitutional Amendments was widely believed to be enacted to overcome the judicial interpretations of the Fundamental Rights?

    A) 1st Amendment
    B) 42nd Amendment
    C) 44th Amendment
    D) 86th Amendment

35. Consider the following organizations/bodies in India:

    1. The National Commission for Backward Classes
    2. The National Human Rights Commission
    3. The National Law Commission
    4. The National Consumer Disputes Redressal Commission

    How many of the above are constitutional bodies?

    A) Only one   B) Only two
    C) Only three
    D) All four

36. Consider the following statements:

    1. If the election of the President of India is declared void by the Supreme Court of India, all acts done by him/her in the performance of duties of his/her office of President before the date of decision become invalid.

2. Election for the post of the President of India can be postponed on the ground that some Legislative Assemblies have been dissolved and elections are yet to take place.
3. When a Bill is presented to the President of India, the Constitution prescribes time limits within which he/she has to declare his/her assent.

How many of the above statements are correct?

A) Only one B) Only two
C) All three D) None

37. **With reference to Finance Bill and Money Bill in the Indian Parliament, consider the following statements :**
    1. When the Lok Sabha transmits Finance Bill to the Rajya Sabha, it can amend or reject the Bill.
    2. When the Lok Sabha transmits Money Bill to the Rajya Sabha, it cannot amend or reject the Bill, it can only make recommendations.
    3. In the case of disagreement between the Lok Sabha and the Rajya Sabha, there is no joint sitting for Money Bill, but a joint sitting becomes necessary for Finance Bill.

How many of the above statements are correct?

A) Only one B) Only two
C) All three D) None

38. **Consider the following statements :**
    Once the Central Government notifies an area as a 'Community Reserve'
    1. the Chief Wildlife Warden of the State becomes the governing authority of such forest
    2. hunting is not allowed in such area
    3. people of such area are allowed to collect non-timber forest produce
    4. people of such area are allowed traditional agricultural practices

How many of the above statements are correct.?

A) Only one B) Only two
C) Only three
D) All four

39. **With reference to 'Scheduled Areas' in India, consider the following statements :**
    1. Within a State, the notification of an area as Scheduled Area takes place through an Order of the President.
    2. The largest administrative unit forming the Scheduled Area is the District and the lowest is the cluster of villages in the Block.
    3. The Chief Ministers of the concerned States are required to submit annual reports to the Union Home Ministry on the administration of Scheduled Areas in the States.

How many of the above statements are correct?
A) Only one B) Only two
C) All three D) None

40. Consider the following statements :

Statement-I : The Supreme Court of India has held in some judgements that the reservation policies made under Article 16(4) of the Constitution of India would be limited by Article 335 for maintenance of efficiency of administration.

Statement-II : Article 335 of the Constitution of India defines the term 'efficiency of administration'.

Which one of the following is correct in respect of the above statements?
A) Both Statement-I and Statement-II are correct and Statement-II is the correct explanation for Statement-I
B) Both Statement-I and Statement-II are correct and Statement-II is not the correct explanation for Statement-I
C) Statement-I is correct but Statement-II is incorrect
D) Statement-I is incorrect but Statement-II is correct

41. In which one of the following regions was Dhanyakataka, which flourished as a prominent Buddhist centre under the Mahasanghikas, located?

A) Andhra B) Gandhara
C) Kalinga D) Magadha

42. With reference to ancient India, consider the following statements :
1. The concept of Stupa is Buddhist in origin.
2. Stupa was generally a repository of relics.
3. Stupa was a votive and commemorative structure in Buddhist tradition.

How many of the statements given above are correct?
A) Only one B) Only two
C) All three D) None

43. With reference to ancient South India, Korkai, Poompuhar and Muchiri were well known as
A) capital cities
B) ports
C) centres of iron-and-steel making
D) Shrines of Jain Tirthankaras

44. Which one of the following explains the practice of 'Vattakirutal' as mentioned in Sangam poems?
A) Kings employing women bodyguards
B) Learned persons assembling in royal courts to discuss religious and philosophical matters
C) Young girls keeping watch over agricultural fields and driving away birds and animals
D) A king defeated in a battle committing ritual suicide by starving himself to death

45. **Consider the following dynasties :**

1. Hoysala 2. Gahadavala
3. Kakatiya 4. Yadava

How many of the above dynasties established their kingdoms in early eighth century AD?

A) Only one **B)** Only two
C) Only three
D) None

46. **With reference to ancient Indian History, consider the following pairs :**

	Literary work		Author
1.	Devichandragupta	:	Bilhana
2.	Hammira-Mahakavya	:	Nayachandra Suri
3.	Milinda-panha	:	Nagarjuna
4.	Nitivakyamrita	:	Somadeva Suri

How many of the above pairs are correctly matched?

A) Only one **B)** Only two
C) Only three
D) All four

47. **"Souls are not only the property of animal and plant life, but also of rocks, running water and many other natural objects not looked on as living by other religious sects."**

The above statement reflects one of the core beliefs of which one of the following religious sects of ancient India?

A) Buddhism **B)** Jainism
C) Shaivism **D)** Vaishnavism

48. **Who among the following rulers of Vijayanagara Empire constructed a large dam across Tungabhadra River and a canal-cum-aqueduct several kilometres long from the river to the capital city?**

A) Devaraya I
B) Mallikarjuna
C) Vira Vijaya
D) Virupaksha

49. **Who among the following rulers of medieval Gujarat surrendered Diu to Portuguese?**

A) Ahmad Shah
B) Mahmud Begarha
C) Bahadur Shah
D) Muhammad Shah

50. **By which one of the following Acts was the Governor General of Bengal designated as the Governor General of India?**

A) The Regulating Act
B) The Pitt's India Act
C) The Charter Act of 1793
D) The Charter Act of 1833

51. **Consider the following statements in relation to Janani Suraksha Yojana :**

1. It is a safe motherhood intervention of the State Health Departments.
2. Its objective is to reduce maternal and neonatal mortality among poor pregnant women.
3. It aims to promote institutional delivery among poor pregnant women.
4. Its objective includes providing public health facilities to sick infants up to one year of age.

How many of the statements given above are correct?
A) Only one B) Only two
C) Only three
D) All four

52. Consider the following statements in the context of interventions being undertaken under Anaemia Mukt Bharat Strategy :
   1. It provides prophylactic calcium supplementation for pre-school children, adolescents and pregnant women.
   2. It runs a campaign for delayed cord clamping at the time of childbirth.
   3. It provides for periodic deworming to children and adolescents.
   4. It addresses non-nutritional causes of anaemia in endemic pockets with special focus on malaria, hemoglobinopathies and fluorosis.

   How many of the statements given above are correct?
   A) Only one B) Only two
   C) Only three D) All four

53. Consider the following statements
   1. Carbon fibres are used in the manufacture of components used in automobiles and aircrafts.
   2. Carbon fibres once used cannot be recycled.

   Which of the statements given above is/are correct?
   A) 1 only
   B) 2 only
   C) Both 1 and 2
   D) Neither 1 nor 2

54. Consider the following actions:
   1. Detection of car crash/collision which results in the deployment of airbags almost instantaneously
   2. Detection of accidental free fall of a laptop towards the ground which results in the immediate turning off of the hard drive
   3. Detection of the tilt of the smartphone which results in the rotation of display between portrait and landscape mode

   In how many of the above actions is the function of accelerometer required?
   A) Only one B) Only two
   C) All three D) None

55. With reference to the role of biofilters in Recirculating Aquaculture System, consider the following statements :
   1. Biofilters provide waste treatment by removing uneaten fish feed.
   2. Biofilters convert ammonia present in fish waste to nitrate.
   3. Biofilters increase phosphorus as nutrient for fish in water.

   How many of the statements given above are correct?
   A) Only one B) Only two
   C) All three D) None

56. Consider the following pairs:

Objects in space	Description
1. Cepheids	: Giant clouds of dust and gas in space
2. Nebulae	: Stars which brighten and dim periodically
3. Pulsars	: Neutron stars that are formed when massive stars run out of fuel and collapse

How many of the above pairs are correctly matched?
A) Only one B) Only two
C) All three D) None

57. Which one of the following countries has its own Satellite Navigation System?
A) Australia
B) Canada
C) Israel
D) Japan

58. Consider the following statements:
1. Ballistic missiles are jet-propelled at subsonic speeds throughout their flights, while cruise missiles are rocket-powered only in the initial phase of flight.
2. Agni-V is a medium-range supersonic cruise missile, while BrahMos is a solid-fuelled intercontinental ballistic missile.

Which of the statements given above is/are correct?
A) 1 only
B) 2 only
C) Both 1 and 2
D) Neither 1 nor 2

59. Consider the following statements regarding mercury pollution:
1. Gold mining activity is a source of mercury pollution in the world.
2. Coal-based thermal power plants cause mercury pollution.
3. There is no known safe level of exposure to mercury.

How many of the above statements are correct?
A) Only one
B) Only two
C) All three
D) None

60. With reference to green hydrogen, consider the following statements:
1. It can be used directly as a fuel for internal combustion.
2. It can be blended with natural gas and used as fuel for heat or power generation.
3. It can be used in the hydrogen fuel cell to run vehicles.

How many of the above statements are correct?
A) Only one
B) Only two
C) All three
D) None

61. Consider the following countries :
    1. Bulgaria
    2. Czech Republic
    3. Hungary
    4. Latvia
    5. Lithuania
    6. Romania

    How many of the above-mentioned countries share a land border with Ukraine?
    A) Only two
    B) Only three
    C) Only four
    D) Only five

62. With reference to the Earth's atmosphere, which one of the following statements is correct?
    A) The total amount of insolation received at the equator is roughly about 10 times of that received at the poles.
    B) Infrared rays constitute roughly two-thirds of insolation.
    C) Infrared waves are largely absorbed by water vapour that is concentrated in the lower atmosphere.
    D) Infrared waves are a part of visible spectrum of electromagnetic waves of solar radiation.

63. Consider the following statements :

    Statement-I : The soil in tropical rain forests is rich in nutrients.

    Statement-II : The high temperature and moisture of tropical rain forests cause dead organic matter in the soil to decompose quickly.

    Which one of the following is correct in respect of the above statements?
    A) Both Statement-I and Statement-II are correct and Statement-II is the correct explanation for Statement-I
    B) Both Statement-I and Statement-II are correct and Statement-II is not the correct explanation for Statement-I
    C) Statement-I is correct but Statement-II is incorrect
    D) Statement-I is incorrect but Statement-II is correct

64. Consider the following statements :
    Statement-I : The temperature contrast between continents and oceans is greater during summer than in winter.
    Statement-II : The specific heat of water is more than that of land surface.

    Which one of the following is correct in respect of the above statements?
    A) Both Statement-I and Statement-II are correct and Statement-II is the correct explanation for Statement-I
    B) Both Statement-I and Statement-II are correct and Statement-II is not the correct explanation for Statement-I

C) Statement-I is correct but Statement-II is incorrect
D) Statement-I is incorrect but Statement-II is correct

65. Consider the following statements :
    1. In a seismograph, P waves are recorded earlier than S waves.
    2. In P waves, the individual particles vibrate to and fro in the direction of wave propagation whereas in S waves, the particles vibrate up and down at right angles to the direction of wave propagation.

    Which of the statements given above is/are correct?
    A) 1 only
    B) 2 only
    C) Both 1 and 2
    D) Neither 1 nor 2

66. With reference to coal-based thermal power plants in India, consider the following statements :
    1. None of them uses seawater.
    2. None of them is set up in water-stressed district.
    3. None of them is privately owned.

    How many of the above statements are correct?
    A) Only one
    B) Only two
    C) All three
    D) None

67. 'Wolbachia method' is sometimes talked about with reference to which one of the following?
    A) Controlling the viral diseases spread by mosquitoes
    B) Converting crop residues into packing material
    C) Producing biodegradable plastics
    D) Producing biochar from thermo-chemical conversion of biomass

68. Consider the following activities :
    1. Spreading finely ground basalt rock on farmlands extensively
    2. Increasing the alkalinity of oceans by adding lime.
    3. Capturing carbon dioxide released by various industries and pumping it into abandoned subterranean mines in the form of carbonated waters

    How many of the above activities are often considered and discussed for carbon capture and sequestration?
    A) Only one
    B) Only two
    C) All three
    D) None

69. 'Aerial metagenomics' best refers to which one of the following situations?
    A) Collecting DNA samples from air in a habitat at one go

B) Understanding the genetic makeup of avian species of a habitat

C) Using air-borne devices to collect blood samples from moving animals

D) Sending drones to inaccessible areas to collect plant and animal samples from land surfaces and water bodies

70. 'Microsatellite DNA' is used in the case of which one of the following?

A) Studying the evolutionary relationships among various species of fauna

B) Stimulating 'stem cells' to transform into diverse functional tissues

C) Promoting clonal propagation of horticultural plants

D) Assessing the efficacy of drugs by conducting series of drug trials in a population

71. Consider the following statements with reference to India :
 1. According to the 'Micro, Small and Medium Enterprises Development (MSMED) Act, 2006', the 'medium enterprises' are those with investments in plant and machinery between ₹15 crore and ₹ 25 crore.
 2. All bank loans to the Micro, Small and Medium Enterprises qualify under the priority sector.

Which of the statements given above is/are correct?
A) 1 only
B) 2 only
C) Both 1 and 2
D) Neither 1 nor 2

72. With reference to Central Bank digital currencies, consider the following statements :
 1. It is possible to make payments in a digital currency without using US dollar or SWIFT system.
 2. A digital currency can be distributed with a condition programmed into it such as a time-frame for spending it.

Which of the statements given above is/are correct?
A) 1 only
B) 2 only
C) Both 1 and 2
D) Neither 1 nor 2

73. In the context of finance, the term 'beta' refers to
A) the process of simultaneous buying and selling of an asset from different platforms
B) an investment strategy of a portfolio manager to balance risk versus reward
C) a type of systemic risk that arises where perfect hedging is not possible
D) a numeric value that measures the fluctuations. of a stock to changes in the overall stock market

74. Consider the following statements:
    1. The Self-Help Group (SHG) programme was originally initiated by the State Bank of India by providing microcredit to the financially deprived.
    2. In an SHG, all members of a group take responsibility for a loan that an individual member takes.
    3. The Regional Rural Banks and Scheduled Commercial Banks support SHGs.

    How many of the above statements are correct?
    A) Only one
    B) Only two
    C) All three
    D) None

75. Consider the following statements:
    Statement-I : India's public sector health care system largely focuses on curative care with limited preventive, promotive and rehabilitative care.
    Statement-II : Under India's decentralized approach to health care delivery, the States are primarily responsible for organizing health services.

    Which one of the following is correct in respect of the above statements?
    A) Both Statement-I and Statement-II are correct and Statement-II is the correct explanation for Statement-I
    B) Both Statement-I and Statement-II are correct and Statement-II is not the correct explanation for Statement-I
    C) Statement-I is correct but Statement-II is incorrect
    D) Statement-I is incorrect but Statement-II is correct

76. Consider the following statements:
    Statement-I : According to the United Nations' 'World Water Development Report, 2022', India extracts more than a quarter of the world's groundwater withdrawal each year.
    Statement-II : India needs to extract more than a quarter of the world's groundwater each year to satisfy the drinking water and sanitation needs of almost 18% of world's population living in its territory.

    Which one of the following is correct in respect of the above statements?
    A) Both Statement-I and Statement-II are correct and Statement-II is the correct explanation for Statement-I
    B) Both Statement-I and Statement-II are correct and Statement-II is not the correct explanation for Statement-I
    C) Statement-I is correct but Statement-II is incorrect
    D) Statement-I is incorrect but Statement-II is correct

77. Consider the following statements:
   1. According to the Constitution of India, the Central Government has a duty to protect States from internal disturbances.
   2. The Constitution of India exempts the States from providing legal counsel to a person being held for preventive detention.
   3. According to the Prevention of Terrorism Act, 2002, confession of the accused before the police cannot be used as evidence.

   How many of the above statements are correct?
   A) Only one
   B) Only two
   C) All three
   D) None

78. Which one of the following countries has been suffering from decades of civil strife and food shortages and was in news in the recent past for its very severe famine?
   A) Angola
   B) Costa Rica
   C) Ecuador
   D) Somalia

79. Consider the following statements:
   1. In India, the Biodiversity Management Committees are key to the realization of the objectives of the Nagoya Protocol.
   2. The Biodiversity Management Committees have important functions in determining access and benefit sharing, including the power to levy collection fees on the access of biological resources within its jurisdiction.

   Which of the statements given above is/are correct?
   A) 1 only
   B) 2 only
   C) Both 1 and 2
   D) Neither 1 nor 2

80. Consider the following statements in respect of election to the President of India:
   1. The members nominated to either House of the Parliament or the Legislative Assemblies of States are also eligible to be included in the Electoral College.
   2. Higher the number of elective Assembly seats, higher is the value of vote of each MLA of that State.
   3. The value of vote of each MLA of Madhya Pradesh is greater than that of Kerala.
   4. The value of vote of each MLA of Puducherry is higher than that of Arunachal Pradesh because the ratio of total population to total number of elective seats in Puducherry is greater as compared to Arunachal Pradesh.

How many of the above statements are correct?
A) Only one
B) Only two
C) Only three
D) All four

81. With reference to the Indian History, Alexander Rea, A. H. Longhurst, Robert Sewell, James Burgess and Walter Elliot were associated with
A) archaeological excavations
B) establishment of English Press in Colonial India
C) establishment of Churches in Princely States
D) construction of railways in Colonial India

82. Consider the following pairs :
   Site   Well known for
   1. Besnagar   : Shaivite cave shrine
   2. Bhaja   : Buddhist cave shrine
   3. Sittanavasal : Jain cave shrine

How many of the above pairs are correctly matched?
A) Only one
B) Only two
C) All three
D) None

83. Consider the following statements :
Statement-I : 7th August is declared as the National Handloom Day.
Statement-II : It was in 1905 that the Swadeshi Movement was launched on the same day.

Which one of the following is correct in respect of the above statements?
A) Both Statement-I and Statement-II are correct and Statement-II is the correct explanation for Statement-I
B) Both Statement-I and Statement-II are correct and Statement-II is not the correct explanation for Statement-I
C) Statement-I is correct but Statement-II is incorrect
D) Statement-I is incorrect but Statement-II is correct

84. Consider the following statements in respect of the National Flag of India according to the Flag Code of India, 2002 :
Statement-I : One of the standard the National Flag of 600 mm × 400 mm.
Statement-II : The ratio of the length to the height (width) of the Flag shall be 3 : 2.

Which one of the following is correct in respect of the above statements?
A) Both Statement-I and Statement-II are correct and Statement-II is the correct explanation for Statement-I
B) Both Statement-I and Statement-II are correct and Statement-II is not the correct explanation for Statement-I
C) Statement-I is correct but Statement-II is incorrect
D) Statement-I is incorrect but Statement-II is correct

85. Consider the following statements in respect of the Constitution Day :

   Statement-I : The Constitution Day is celebrated on 26th November every year to promote constitutional values among citizens.

   Statement-II : On 26th November, 1949, the Constituent Assembly of India set up a Drafting Committee under the Chairmanship of Dr. B. R. Ambedkar to prepare a Draft Constitution of India.

   Which one of the following is correct in respect of the above statements?

   A) Both Statement-I and Statement-II are correct and Statement-II is the correct explanation for Statement-I
   B) Both Statement-I and Statement-II are correct and Statement-II is not the correct explanation for Statement-I
   C) Statement-I is correct but Statement-II is incorrect
   D) Statement-I is incorrect but Statement-II is correct

86. Consider the following statements :

   Statement-I : Switzerland is one of the leading exporters of gold in terms of value.

   Statement-II : Switzerland has the second largest gold reserves in the world.

   Which one of the following is correct in respect of the above statements?

   A) Both Statement-I and Statement-II are correct and Statement-II is the correct explanation for Statement-I
   B) Both statement-I and Statement-II are correct and Statement-II is not the correct explanation for Statement-I
   C) Statement-I is correct but Statement-II is incorrect
   D) Statement-I is incorrect but Statement-II is correct

87. Consider the following statements :

   Statement-I : Recently, the United States of America (USA) and the European Union (EU) have launched the Trade and Technology Council.

   Statement-II : The USA and the EU claim that through this they are trying to bring technological progress and physical productivity under their control.

   Which one of the following is correct in respect of the above statements?

   A) Both Statement-I and Statement-II are correct and Statement-II is the correct explanation for Statement-I
   B) Both Statement-I and Statement-II are correct and Statement-II is not the correct explanation for Statement-I

C) Statement-I is correct but Statement-II is incorrect
D) Statement-I is incorrect but Statement-II is correct

88. Consider the following statements :

Statement-I : India accounts for 3.2% of global export of goods.

Statement-II : Many local companies and some foreign companies operating in India have taken advantage of India's 'Production-linked Incentive' scheme.

Which one of the following is correct in respect of the above statements?

A) Both Statement-I and Statement-II are correct and Statement-II is the correct explanation for Statement-I
B) Both Statement-I and Statement-II are correct and Statement-II is not the correct explanation for Statement-I
C) Statement-I is correct but Statement-II is incorrect
D) Statement-I is incorrect but Statement-II is correct

89. Consider the following statements :

The 'Stability and Growth Pact' of the European Union is a treaty that
1. limits the levels of the budgetary deficit of the countries of the European Union
2. makes the countries of the European Union to share their infrastructure facilities
3. enables the countries of the European Union to share their technologies

How many of the above statements are correct?

A) Only one B) Only two
C) All three D) None

90. Consider the following statements :
1. Recently, all the countries of the United Nations have adopted the first-ever compact for international migration, the 'Global Compact for Safe, Orderly and Regular Migration (GCM)'.
2. The objectives and commitments stated in the GCM are binding on the UN member countries.
3. The GCM addresses internal migration or internally displaced people also in its objectives and commitments.

How many of the above statements are correct?

A) Only one
B) Only two
C) All three
D) None

91. With reference to Home Guards, consider the following statements :
1. Home Guards are raised under the Home. Guards Act and Rules of the Central Government.

2. The role of the Home Guards is to serve as an auxiliary force to the police in maintenance of internal security.
3. To prevent infiltration on the international border/coastal areas, the Border Wing Home Guards Battalions have been raised in some States.

How many of the above statements are correct?

A) Only one
B) Only two
C) All three
D) None

92. With reference to India, consider the following pairs:

Action	The Act under which it is covered
1. Unauthorized wearing of police or military uniforms	The Official Secrets Act, 1923
2. Knowingly misleading or otherwise interfering with a police officer or military officer when engaged in their duties	The Indian Evidence Act, 1872
3. Celebratory gunfire which can endanger the personal safety of others	The Arms (Amendment) Act, 2019

How many of the correctly matched?

A) Only one
B) Only two
C) All three
D) None

93. Consider the following pairs :

Regions often mentioned in news	Reason for being in news
1. North Kivu and Ituri	War between Armenia and Azerbaijan
2. Nagomo-Karabakh	Insurgency in Mozambique
3. Kherson and Zaporizhzhia	Dispute between Israel and Lebanon

How many of the above pairs are correctly matched?

A) Only one
B) Only two
C) All three
D) None

94. Consider the following statements :

Statement-I : Israel has established diplomatic relations with some Arab States.

Statement-II : The 'Arab Peace Initiative' mediated by Saudi Arabia was signed by Israel and Arab League.

Which one of the following is correct in respect of the above statements?

A) Both Statement-I and Statement-II are correct and Statement-II is the correct explanation for Statement-I

B) Both Statement-I and Statement-II are correct and Statement-II is not the correct explanation for Statement-I
C) Statement-I is correct but Statement-II is incorrect
D) Statement-I is incorrect but Statement-II is correct

95. Consider the following pairs with regard to sports awards :

1.	Major Dhyan Khel Ratna Award Chand	:	For the most spectacular and outstanding performance by a sports person over period of last four years
2.	Arjuna Award	:	For the lifetime achievement by a sports person
3.	Dronacharya Award	:	To honour eminent coaches who have successfully trained sports persons or teams
4.	Rashtriya Khel Protsahan Puraskar	:	To recognize the contribution made by sports persons even after their retirement

How many of the above pairs are correctly matched?
A) Only one
B) Only two
C) Only three
D) All four

96. Consider the following statements in respect of the 44th Chess Olympiad, 2022:
 1. It was the first time that Chess Olympiad was held in India.
 2. The official mascot was named 'Thambi'.
 3. The trophy for the winning team in the open section is the Vera Menchik Cup.
 4. The trophy for the winning team in the women's section is the Hamilton-Russell Cup.

How many of the statements given above are correct?
A) Only one
B) Only two
C) Only three
D) All four

97. Consider the following pairs :

Area of conflict mentioned in news		Country where it is located
1. Donbas	:	Syria
2. Kachin	:	Ethiopia
3. Tigray	:	North Yemen

How many of the above pairs are correctly matched?
A) Only one
B) Only two
C) All three
D) None

98. In the recent years Chad, Guinea, Mali and Sudan caught the international attention for which one of the following reasons common to all of them?

A) Discovery of rich deposits of rare earth elements
B) Establishment of Chinese military bases
C) Southward expansion of Sahara Desert
D) Successful coups

99. Consider the following heavy industries :
    1. Fertilizer plants
    2. Oil refineries
    3. Steel plants

    Green hydrogen is expected to play a significant role in decarbonizing how many of the above industries?
    A) Only one B) Only two
    C) All three
    D) None

100. Consider the following statements about G-20:
    1. The G-20 group was originally established as a platform for the Finance Ministers and Central Bank Governors to discuss the international economic and financial issues.
    2. Digital public infrastructure is one of India's G-20 priorities.

    Which of the statements given above is/are correct?
    A) 1 only
    B) 2 only
    C) Both 1 and 2
    D) Neither 1 nor 2

✸✸✸✸✸

ANSWERS

1. (A) 2. (B) 3. (B) 4. (B) 5. (D) 6. (D) 7. (C) 8. (A) 9. (D) 10. (D)
11. (C) 12. (C) 13. (A) 14. (B) 15. (C) 16. (D) 17. (B) 18. (C) 19. (B) 20. (D)
21. (D) 22. (A) 23. (B) 24. (A) 25. (B) 26. (B) 27. (C) 28. (C) 29. (B) 30. (C)
31. (C) 32. (A) 33. (C) 34. (A) 35. (A) 36. (D) 37. (A) 38. (B) 39. (B) 40. (C)
41. (A) 42. (B) 43. (B) 44. (D) 45. (D) 46. (B) 47. (B) 48. (A) 49. (C) 50. (D)
51. (B) 52. (C) 53. (A) 54. (C) 55. (B) 56. (A) 57. (D) 58. (D) 59. (C) 60. (C)
61. (A) 62. (C) 63. (D) 64. (A) 65. (C) 66. (D) 67. (A) 68. (C) 69. (A) 70. (A)
71. (B) 72. (C) 73. (D) 74. (B) 75. (B) 76. (C) 77. (B) 78. (D) 79. (C) 80. (A)
81. (A) 82. (B) 83. (A) 84. (D) 85. (C) 86. (C) 87. (C) 88. (D) 89. (A) 90. (D)
91. (B) 92. (B) 93. (D) 94. (C) 95. (D) 96. (B) 97. (D) 98. (D) 99. (C) 100. (C)

UPSC Civil Services Exam - 2023
Original Q Paper - Paper - II (CSAT)

Time Allowed : 2 Hrs.   Maximum Marks : 200
No. of Questions : 80   Held on 28.05.2023

Directions (Qns. 1-3) : Read the following three passages and answer the items that follow the passages. Your answers to these items should be based on the passages only.

Passage - 1

We often hear about conflicts among different States in India over river waters. Of the 20 major river systems, 14 are already water-stressed: 75% of the population lives in water-stressed regions, a third of whom live in water-scarce areas. Climate change, the demands of rising population and the need for agriculture to keep pace, and increased rate of urbanization and industrialization will exacerbate water stress. According to the Constitution of India, water is a State subject and not that of the Union, except for regulation of inter-State rivers. Key to ensuring balance between competing demands of various stakeholders is a basin-based approach to allocate water amongst constituent regions and States. Allocating fair share of water to them requires assessments based on objective criteria, such as specificities of the river basin, size of dependent population, existing water use and demand, efficiency of use, projected future use, etc. while ensuring the environmental needs of the river and aquifers.

1. Which one of the following statements best reflects the most rational, practical and immediate action required to ensure fair and equitable allocation of water to different stakeholders ?

   A) A national, pragmatic, legal and policy framework for water allocation should be made.
   B) All river systems of the country should be linked and huge aquifers created.
   C) Water channels between regions of water surplus and regions of water deficit should be created.
   D) To mitigate water crisis, water demand of sectors such as agriculture and industry should be reduced.

Passage - 2

More than half of Indian women and almost a quarter of Indian men of working age suffer from anaemia. According to studies, they are anywhere from 5 - 15% less productive than they Could be, as a result thereof. India also has the largest tuberculosis burden in the world, costing 170 million workdays to the country annually. But what is just as important as lost productivity now is lost potential in the future. It is

73

becoming increasingly clear that on many measures of cognitive ability, malnourished Indian children perform two or three times worse than their adequately nourished peers. For an economy that will be more dependent on highly skilled workers, this poses a significant challenge. And it is one that really should be addressed given India's demographic outlook.

2. **Which one of the following statements best reflects what is implied by the passage ?**

   A) Education system must be strengthened in rural areas.

   B) Large scale and effective implementation of skill development programme is the need of the hour.

   C) For economic development, health and nutrition of only skilled workers needs special attention.

   D) For rapid economic growth as envisaged by us, attention should be paid to health and nutrition of the people.

Passage - 3

In India, a majority of marginal and small, less farmers are possess low adaptive capabilities to climate change, perhaps because of credit and other constraints. So, one cannot expect autonomous adaptation to climate change. Even if it was possible, it would not be sufficient to offset losses from climate change. To deal with this, adaptation to climate change is paramount, alongside a fast mitigation response. Another solution is to have a planned or policy-driven adaptation, which would require the government to Come up with policy recommendations. Perception is a necessary prerequisite for adaptation. Whether farmers are adapting agricultural practices to climate change depends on whether they perceive it or not. However, this is not always enough for adaptation. It is important how a farmer perceives the risks associated with climate change.

3. **Which one of the following statements best reflects the most logical and rational message conveyed by the author of the passage ?**

   A) Adaptation to climate change and mitigation response are basically the responsibilities of the government.

   B) Climate change causes a change in government policies regarding land use patterns in the country.

   C) Risk perceptions of farmers important for motivating them for taking adaptation decisions.

   D) Since mitigation is not possible, governments should come up with policies for quick response to climate change.

4. Raj has ten pairs of red, nine pairs of white and eight pairs of black shoes in a box. If he randomly picks shoes one by one (without replacement) from the box to get a red pair of shoes to wear, what is the maximum number of attempts he has to make ?
   A) 27 B) 36
   C) 44 D) 45

5. In how many ways can a batsman score exactly 25 runs by scoring single runs, fours and sixes only, irrespective of the sequence of scoring shots ?
   A) 18 B) 19
   C) 20 D) 21

6. There are four letters and four envelopes and exactly one letter is to be put in exactly One envelope with the correct address. If the letters are randomly inserted into the envelopes, then consider the following statements:
   1. It is possible that exactly one letter goes into an incorrect envelope.
   2. There are only six ways in which only two letters can go into the correct envelopes.
   Which of the statements given above is/are Correct?
   A) 1 only B) 2 only
   C) Both 1 and 2
   D) Neither 1 nor 2

7. What is the remainder when 85 × 87 × 89 × 91 × 95 × 96 is divided by 100 ?
   A) 0 B) 1
   C) 2 D) 4

8. What is the unit digit in the expansion of $(57242)^{9\times 7 \times 5 \times 3 \times 1}$?
   A) 2 B) 4
   C) 6 D) 8

9. If ABC and DEF are both 3-digit numbers such that A, B, C, D, E and F are distinct non-zero digits such that ABC + DEF = 1111, then what is the value of A + B + C + D + E + F ?
   A) 28 B) 29
   C) 30 D) 31

10. D is a 3-digit number such that the ratio of the number to the sum of its digits is least. What is the difference between the digit at the hundred's place and the digit at the unit's place of D?
    A) 0 B) 7
    C) 8 D) 9

Directions (Qns. 11-13) : Read the following three passages and answer the items that follow the passages. Your answers to these items should be based on the passages only.

Passage - 1

The emissions humans put into the atmosphere now will affect the climate in the middle of the century and onwards. Technological change, meanwhile, could make a future transition away from fossil fuels cheap or it might not, leaving the world with a terrible choice between sharply reducing emissions at huge cost or suffering through the effects of unabated warming. Businesses that do not hedge against the threat of uncertain outcomes fail. The world cannot afford such recklessness on climate change.

11. **Which one of the following statements best reflects the crucial message conveyed by the author of the passage ?**
   A) Businesses that cause emissions may need to close down or pay for pollution in future.
   B) The only solution is technological development related to the issues of climate change.
   C) Waiting to deal with carbon emissions until technology improves is not a wise strategy.
   D) Since future technological change is uncertain, new industries should be based on renewable energy sources.

Passage - 2

Environmental problems cause health problems. Substantial changes in lifestyle can reduce environmental or health problems, but this idea appears almost impossible to adopt. With environmental problems, individual efforts can be perceived as having a negligible effect and therefore lead to inertia. With health, on the other hand, individual choices can make the difference between life and death, literally. And yet, barring a few, there seems to be the same collective lethargy towards making their choices.

12. **Which one of the following statements best implies the most rational assumption that can be made from the passage ?**
   A) We are likely to spend more money on cure than prevention.
   B) It is the job of the government to solve our environmental and public health problems.
   C) Health can be protected even if environmental problems go on unattended.
   D) Loss of traditional lifestyle and the influence of western values led to some unhealthy ways of living.

Passage - 3

Many people are not eating the right food. For some, it is simply a decision to stick with food they enjoy but which is not too healthy. This is leading to an increase in non-communicable diseases. This in turn leads to major burden on our health-care systems that have the potential to derail the economic progress which is essential for the poor to improve their lives. For others, it is about limited access to nutritious food or a lack of affordability, leading to monotonous diets that do not provide the daily nutrients for them to develop fully. Part of the reason nutrition is under threat worldwide is that our food systems are not properly responding to nutritional needs. Somewhere along that long road from farm to fork, there are serious detours taking place.

13. Which one of the following statements best reflects the crux of the passage?
   A) The scheme of Universal Basic Income should be implemented worldwide as a way of poverty alleviation.
   B) We must place food-based nutrition at the centre of our policy debate.
   C) Nutritional status of food should be improved by creating appropriate genetically modified crops.
   D) Using modern food processing technologies, we must fortify food items with required nutrient elements.

14. Three of the five positive integers p, q, r, s, t are even and two of them are odd (not necessarily in order). Consider the following :
   1. $p + q + r - s - t$ is definitely even.
   2. $2p + q + 2r - 2s + t$ is definitely odd.
   Which of the above statements is/are correct ?
   A) 1 only   B) 2 only
   C) Both 1 and 2
   D) Neither 1 nor 2

15. Consider the following in respect of prime number p and composite number c.
   1. $\dfrac{p+c}{p-c}$ can be even.
   2. $2p + c$ can be odd.
   3. pc can be odd.
   Which of the statements given above are correct ?
   A) 1 and 2 only
   B) 2 and 3 only
   C) 1 and 3 only
   D) 1, 2 and 3

16. A 3-digit number ABC, on multiplication with D gives 37DD where A, B, C and D are different non-zero digits. What is the value of A + B + C?
   A) 18
   B) 16
   C) 15
   D) Cannot be determined due to insufficient data

17. For any choices of values of X, Y and Z, the 6-digit number of the form XYZXYZ is divisible by:
   A) 7 and 11 only
   B) 11 and 13 only
   C) 7 and 13 only
   D) 7, 11 and 13

18. 125 identical cubes are arranged in the form of a cubical block. How many cubes are surrounded by other cubes from each side ?
   A) 27   B) 25
   C) 21   D) 18

19. How many distinct 8-digit numbers can be formed by rearranging the digits of the number 11223344 such that odd digits occupy odd positions and even digits occupy even positions?
A) 12 B) 18
C) 36 D) 72

20. A, B, C working independently can do a piece of work in 8, 16 and 12 days respectively. A alone works on Monday, B alone works on Tuesday, C alone works on Wednesday; A alone, again works on Thursday and so on. Consider the following statements:
1. The work will be finished on Thursday.
2. The work will be finished in 10 days.

Which of the above statements is/are correct?
A) 1 only B) 2 only
C) Both 1 and 2
D) Neither 1 nor 2

Directions (Qns. 21-23) : Read the following three passages and answer the items that follow the passages. Your answers to these items should be based on the passages only.

Passage - 1

To tackle the problem of pollution in cities, policy makers think that drastic actions like temporary use of odd-even number scheme for vehicles, closing schools, factories, construction activities, and banning the use of certain type of vehicles are a way forward. Even then the air is not clean. Vehicles more than 15 years old comprise one percent of the total; and taking them off the road will not make any difference. Banning certain fuels and car types arbitrarily is not proper. Diesel engines produce more PM 2-5 and less CO2 than petrol or CNG engines. On the other hand, both diesel and CNG engines produce more NOX than petrol engines. No one has measured the amount of NOX that CNG engines are emitting. Arbitrary bans on vehicles that have passed mandated fitness tests and periodic pollution tests are unfair. What is needed is the scientific and reliable information about the source of pollutants on a continuing basis and the technologies that will work to reduce pollution from them.

21. Which one of the following statements best reflects the most logical and rational implication conveyed by the passage?
A) Arbitrary curbs on vehicles to reduce pollution are difficult to implement.
B) Knee-jerk reactions cannot solve the problem of pollution but an evidence-based approach will be more effective.
C) A heavy penalty should be enforced on those driving without periodic pollution tests.
D) In the absence of laws to deal with the problems of pollution, the administration tends to make arbitrary decisions.

Passage - 2

Good corporate governance structures encourage companies to provide accountability and control. A fundamental reason why corporate governance has moved onto the economic and political agenda worldwide has been the rapid growth in international capital markets. Effective corporate governance enhances access to external financing by firms, leading to greater investment, higher growth and employment. Investors look to place their funds where the standards of disclosure, of timely and accurate financial reporting, and of equal treatment to all stakeholders are met.

22. Which of the following statements best reflects the logical inference from the passage given above ?
    A) It is an important agenda of the countries around the world to ensure access to good external financing.
    B) Good corporate governance improves the credibility of the firms.
    C) International capital markets ensure that the firms maintain good corporate governance.
    D) Good corporate governance paves the way for robust supply chains.

Passage - 3

Elephants are landscape architects, creating clearings in the forest, preventing overgrowth of certain plant species and allowing space for the regeneration of others, which in turn provide sustenance to other herbivorous animals. Elephants eat plants, fruits and seeds, propagating the seeds when they defecate in other places as they travel. Elephant dung provides nourishment to plants and animals and acts as a breeding ground for insects. In times of drought, they access water by digging holes which benefits other wildlife.

23. Which one of the following statements best reflects the most logical and rational inference that can be drawn from the passage ?
    A) The home range of elephants needs to be a vast area of rich biodiversity.
    B) Elephants are the keystone species and they benefit the biodiversity.
    C) Rich biodiversity cannot be maintained in the forests without the presence of elephants.
    D) Elephants are capable of regenerating forests with species as per their requirement.

24. If $7 \oplus 9 \oplus 10 = 8$, $9 \oplus 11 \oplus 30 = 5$, $11 \oplus 17 \oplus 21 = 13$, what is the value of $23 \oplus 4 \oplus 15$?
    A) 6   B) 8
    C) 13   D) 15

25. Let x be a positive integer such that $7x + 96$ is divisible by x. How many values of x are possible ?
    A) 10   B) 11
    C) 12
    D) Infinitely many

26. If p, q, r and s are distinct single digit positive numbers, then what is the greatest value of (p + q)(r + s)?
   A) 230 B) 225
   C) 224 D) 221

27. A number N is formed by writing 9 for 99 times, What is the remainder if N is divided by 13?
   A) 11 B) 9
   C) 7   D) 1

28. Each digit of a 9-digit number is 1. It is multiplied by itself. What is the sum of the digits of the resulting number?
   A) 64 B) 80
   C) 81 D) 100

29. What is the sum of all digits which appear in all the integers from 10 to 100?
   A) 855 B) 856
   C) 910 D) 911

30. ABCD is a square. One point on each of AB and CD; and two distinct points on each of BC and DA are chosen. How many distinct triangles can be drawn using any three points as vertices out of these six points?
   A) 16 B) 18
   C) 20 D) 24

Directions (Qns. 31-35) : Read the following three passages and answer the items that follow the passages. Your answers to these items should be based on the passages only.

Passage - 1

In India, the segregation of municipal waste at source is rare. Recycling is mostly with the informal sector. More than three-fourths of the municipal budget goes into collection and transportation, which leaves very little for processing/resource recovery and disposal. Where does waste-to-energy fit into all this? Ideally it fits in the chain after segregation (between wet waste and the rest), collection, recycling, and before getting to the landfill. Which technology is most appropriate in converting waste to energy depends on what is in the waste (that is biodegradable versus non-biodegradable component) and its calorific value. The biodegradable component of India's municipal solid waste is a little over 50 per cent, and biomethanation offers a major solution for processing this.

31. Based on the above passage, the following assumptions have been made:
   1. Collection, processing and segregation of municipal waste should be with government agencies.
   2. Resource recovery and recycling require technological inputs that can be best handled by private sector enterprises.

   Which of the assumptions given above is/are correct?
   A) 1 only   B) 2 only
   C) Both 1 and 2
   D) Neither 1 nor 2

32. Which one of the following statements best reflects the crux of the passage ?
   A) Generation of energy from municipal solid waste is inexpensive.
   B) Biomethanation is the most ideal way of generating energy from municipal solid waste.
   C) Segregation of municipal solid waste is the first step in ensuring the success of waste-to-energy plants.
   D) The biodegradable component of India's municipal solid waste is not adequate to from waste provide energy efficiently/effectively.

Passage - 2

There is a claim that organic farming is inherently safer and healthier. The reality is that because the organic farming industry is still young and not well-regulated in India, farmers and consumers, alike; are not only confused about what products are best for them, but sometimes use products in ways that could harm them as well. For example, since organic fertilizers are difficult to obtain on a large scale in India, armers often use farmyard manure, which may contain toxic chemicals and heavy metals. Certain plant sprays, such as Datura flower and leaf spray, have an element called atropine. If it is not applied in the right dose, it can act on the nervous system of the consumer. Unfortunately, how much and when to use it are not well-researched or regulated issues.

33. Based on the above passage, the following assumptions have been made:
   1. Organic farming is inherently unsafe for both farmers and consumers.
   2. Farmers and consumers need to be educated about eco-friendly food.

   Which of the assumptions given above is/are correct?
   A) 1 only
   B) 2 only
   C) Both 1 and 2
   D) Neither 1 nor 2

34. Which one of the following statements best reflects the most logical, rational and practical message conveyed by the author of the passage ?
   A) In India, organic farming should not be promoted as a substitute for conventional farming.
   B) There are no safe organic alternatives to chemical fertilizers.
   C) In India, farmers need to be guided and helped to make their organic farming sustainable.
   D) The aim of organic farming should not be to generate huge profits as there is still no global market for its products.

Passage - 3

Food consumption patterns have changed substantially in India over the past few decades. This has resulted in the disappearance of many nutritious foods such as millets, While food grain production has increased over five times since independence, it has not sufficiently addressed the issue of malnutrition. For long, the agriculture sector focussed on increasing food production particularly staples, which led to lower production and consumption of indigenous traditional crops/ grains," fruits and other vegetables, impacting food and nutrition security in the process. Further, intensive, monoculture agriculture practices can perpetuate the food and nutrition security problem by degrading the quality of land, water and food derived through them.

35. **Based on the above passage, the following assumptions have been made:**
   1. To implement the Sustainable Development Goals and to achieve zero-hunger goal, monoculture agriculture practices are inevitable even if they do not address malnutrition.
   2. Dependence on a few crops has negative consequences for human health and the ecosystem.
   3. Government policies regarding food planning need to incorporate nutritional security.
   4. For the present monoculture agriculture practices, farmers receive subsidies in various ways and government offers remunerative prices for grains and therefore they do not tend to consider crop diversity.

   Which of the above assumptions are valid?
   A) 1, 2 and 4 only
   B) 2 and 3 only
   C) 3 and 4 only
   D) 1, 2, 3 and 4

36. **A box contains 14 black balls, 20 blue balls, 26 green balls, 28 yellow balls, 38 red balls and 54 white balls. Consider the following statements:**
   1. The smallest number n such that any n balls drawn from the box randomly must contain one full group of at least one colour is 175.
   2. The smallest number m such that any m balls drawn from the box randomly must contain at least one ball of each colour is 167.

   Which of the above statements is/are correct?
   A) 1 only
   B) 2 only
   C) Both 1 and 2
   D) Neither 1 nor 2

37. **If 'ZERO' is written as 'CHUR', then how is 'PLAYER' written?**
   A) SOCAGT
   B) SODBGT
   C) SODBHT
   D) SODBHU

38. Consider the following statements :
    1. A is older than B.
    2. C and D are of the same age.
    3. E is the youngest.
    4. F is younger than D.
    5. F is older than A.

    How many statements given above are required to determine the oldest person/persons ?
    A) Only two B) Only three
    C) Only four D) All five

39. Consider the following including the Question and the Statements :
    There are 5 members A, B, C, D, E in a family.
    Question : What is the relation of E to B?
    Statement-1 : A and B are a married couple.
    Statement-2 : D is the father of C.
    Statement-3 : E is D's son.
    Statement-4 : A and C are sisters.
    Which one of the following is correct in respect of the above Question and Statements ?
    A) Statement-1, Statement-2 and Statement-3 are sufficient to answer the Question.
    B) Statement-1, Statement-3 and Statement-4 are sufficient to answer the Question.
    C) All four statements together are sufficient to answer the Question.
    D) All four statements are not sufficient to answer the Question.

40. Choose the group which is different from the others:
    A) 17, 37, 47, 97
    B) 31, 41, 53, 67
    C) 71, 73, 79, 83
    D) 83, 89, 91, 97

Directions (Qns. 41-43) : Read the following three passages and answer the items that follow the passages. Your answers to these items should be based on the passages only.

Passage - 1

Scientists studied the vernal window — transition period from winter to the growing season. They found that warmer winters with less snow resulted in a longer lag time between spring events and a more protracted vernal window. This change in the spring timetable has ecological, social and economic consequences — for agriculture, fisheries and tourism. As the ice melts earlier, the birds don't return, causing a delay, or lengthening in springtime ecological events.

41. With reference to the above passage, the following assumptions have been made :
    1. Global warming is causing spring to come early and for longer durations.
    2. Early spring and longer period of spring is not good for bird populations.

Which of the above assumptions is/are correct ?

A) 1 only **B)** 2 only

C) Both 1 and 2

D) Neither 1 nor 2

Passage - 2

A global analysis of nitrogen use efficiency — a measure of the amount of nitrogen a plant takes In to grow versus what is left behind as pollution — says that using too much fertilizers will lead to increased pollution of waterways and the air. Currently, the global average for nitrogen use efficiency is approximately 0.4, meaning 40 per cent of the total nitrogen added to cropland goes into the harvested crop while 60 per cent is lost to the environment, says a study. More than half of the world's population is nourished by food grown with fertilizers containing synthetic nitrogen, which is needed to produce high crop yields. Plants take the nitrogen they need to grow, and the excess is left in the ground, water and air. This results in significant emissions of nitrous oxide, a potent greenhouse and ozone depleting gas, and other forms of nitrogen pollution, including eutrophication of lakes and rivers and contamination of river water.

42. Which one of the following statements best reflects the most logical, rational and crucial message implied by the passage ?

A) An enhanced efficiency of use of nitrogen is imperative for both food production and environment.

B) Production of synthetic nitrogen fertilizers cannot be stopped as it will adversely affect global food security.

C) Alternatives to crops that require excess of nitrogen should be identified and cultivated.

D) Conventional agriculture using synthetic fertilizers should be replaced with agroforestry, agroecosystems and organic farming.

Passage - 3

Along with sustainable lifestyles, climate justice is regarded as a significant principle in environmental parlance. Both the principles have bearings on political and economic choices of the nation. So far, in our climate change summits or compacts, both the principles have eluded consensus among nations. Justice, in the judicial sense, is well defined. However, in the context of climate change, it has scientific as well as socio-political connotations. The crucial question in the next few years will be how resources, technologies and regulations are used to support the victims of climate change. Justice in climate is not confined to actions relating to mitigation, but includes the wider notion of support for adaptation to climate change and compensation for loss and damage.

43. Which one of the following statements best reflects the most logical, rational and crucial message conveyed by the passage ?
   A) Climate justice should be ingrained in detail in the rules of all the new climate compacts/agreements.
   B) Environmental resources are unevenly distributed and exploited across the globe.
   C) There is an impending issue of dealing with a huge number of climate change victims/climate refugees.
   D) Climate change in all its connotations is mostly due to developed countries and therefore their share of burden should be more.

44. A principal P becomes Q in 1 year when Compounded half-yearly with R% annual rate of interest. If the same principal P becomes Q n 1 year when compounded annually with S% annual rate of interest, then which one of the following is correct?
   A) $R = S$ B) $R > S$
   C) $R < S$ D) $R \leq S$

45. How many natural numbers are there which give a remainder of 31 when 1186 is divided by these natural numbers ?
   A) 6   B) 7
   C) 8   D) 9

46. Let pp, qq and rr be 2-digit numbers where $p < q < r$. If pp + qq + rr tt0, where tt0 is a 3-digit number ending with zero, consider the following statements:
   1. The number of possible values of p is 5.
   2. The number of possible values of q is 6.
   Which of the above statements is/are correct ?
   A) 1 only
   B) 2 only
   C) Both 1 and 2
   D) Neither 1 nor 2

47. What is the sum of all 4-digit numbers less than 2000 formed by the digits 1, 2, 3 and 4, where none of the digits is repeated ?
   A) 7998
   B) 8028
   C) 8878
   D) 9238

48. What is the number of selections of 10 consecutive things out of 12 things in a circle taken in the clockwise direction ?
   A) 3   B) 11
   C) 12   D) 66

49. If today is Sunday, then which day is it exactly on 10^{10}th day ?
   A) Wednesday
   B) Thursday
   C) Friday
   D) Saturday

50. There are three traffic signals. Each signal changes colour from green to red and then from red to green. The first signal takes 25 seconds, the second signal takes 39 seconds and the third signal takes 60 seconds to change the colour from green to red. The durations for green and red colours are same. At 2:00 p.m, they together turn green. At what time will they change to green next, simultaneously ?
A) 4:00 p.m. B) 4:10 p.m.
C) 4:20 p.m. D) 4:30 p.m.

Directions (Qns. 51-53) : Read the following three passages and answer the items that follow the passages. Your answers to these items should be based on the passages only.

Passage - 1

Sourcing food from non-agricultural lands (uncultivated systems such as forests, wetlands, pastures, etc) in addition to agricultural lands enables a systemic approach to food consumption. It allows rural and tribal communities to sustain themselves for the whole year and steer clear of natural disasters and season-induced shortfalls of agricultural food. Since the productivity of trees is often more resilient to adverse weather conditions than, annual crops, forest foods often provide a safety net during periods of food shortages caused by crop failure; forest foods also make important contributions during seasonal crop production gaps.

51. Which one of the following statements best reflects the most logical and rational message conveyed by the author of the passage ?
A) Food yielding trees should replace other trees in rural and tribal areas and community owned lands.
B) Food security cannot be ensured in India with the present practice of conventional agriculture.
C) Wastelands and degraded areas in India should be converted into agroforestry systems to help the poor.
D) Agroecosystems should be developed in addition to or along with conventional agriculture.

Passage - 2

While awareness on use/ misuse and abuse of antibiotics is common knowledge, as is the impact of dosing poultry with antibiotics, the environmental impact of antibiotics, the environmental impact of antibiotics-manufacturing companies not treating their waste has scarcely been discussed at any length or seriousness thus far. Pollution from antibiotics factories is fuelling the rise of drug-resistant infections. The occurrence of drug-resistant bacteria surrounding the pharma manufacturing plants is well known.

52. Which one of the following statements best reflects the most logical and practical message conveyed by the passage ?
   A) It is necessary to put proper effluent treatment protocols in place.
   B) It is necessary to promote environmental awareness among people.
   C) Spread of drug-resistant bacteria cannot be done away with, as it is inherent in modern medical care.
   D) Pharma-manufacturing companies should be set up in remote rural areas, away from crowded towns and cities.

Passage - 3

Benefits of good quality school education accrue only when students complete and leave School after having acquired the gateway skills. Like one learns to walk before running, similarly one picks up advanced skills only after picking the basic foundational skills. The advent of the knowledge economy poses new challenges, and one of the severe consequences of having an uneducated workforce will be our inability to keep pace with the global economy. Without a strong learning foundation at the primary level, there can be no improvement in higher education or skill development.

53. Which one of the following statements best reflects the crux of the passage ?

   A) To become a global power, India needs to invest in universal quality education.
   B) India is unable to become a global power because it is not focussing or promoting knowledge economy.
   C) Our education system should focus more on imparting skills during higher education.
   D) Parents of many school children are illiterate and are unaware of the benefits of quality education.

54. 40 children are standing in a circle and one of them (say child-1) has a ring. The ring is passed clockwise. Child-1 passes on to child-2, child-2 passes on to child-4, child-4 passes on to child-7 and so on. After how many such changes (including child-1) will the ring be in the hands of child-1 again ?
   A) 14   B) 15
   C) 16   D) 17

55. What is the middle term of the sequence
   Z, Z, Y, Y, Y, X, X, X, X, W, W, W, W, W, ..., A?
   A) H   B) I
   C) J   D) M

56. Question : Is p greater than q?
   Statement-1 : p × q is greater than zero.
   Statement-2 : p^2 is greater than q^2.

Which one of the following is correct in respect of the above Question and the Statements?

A) The Question can be answered by using one of the Statements alone, but cannot be answered using the other Statement alone.

B) The Question can be answered by using either Statement alone.

C) The Question can be answered by using both the Statements together, but cannot be answered using either Statement alone.

D) The Question cannot be answered even by using both the Statements together.

57. **Question** : Is $(p + q - r)$ greater than $(p - q + r)$, where p, q and r are integers?

Statement-1 : $(p - q)$ is positive.

Statement-2 : $(p - r)$ is negative.

Which one of the following is correct in respect of the above Question and the Statements?

A) The Question can be answered by using one of the Statements alone, but cannot be answered using the other Statement alone.

B) The Question can be answered by using either Statement alone.

C) The Question can be answered by using both the Statements together, but cannot be answered using either Statement alone.

D) The Question cannot be answered even by using both the Statements together.

58. **In a party, 75 persons took tea, 60 persons took coffee and 15 persons took both tea and coffee. No one taking milk takes tea. Each person takes, at least one drink.**

Question : How many persons attended the party?

Statement-1 : 50 persons took milk.

Statement-2 : Number of persons who attended the party is five times the number of persons who took milk only.

Which one of the following is correct in respect of the above Question and the Statements?

A) The Question can be answered by using one of the Statements alone, but cannot be answered using the other Statement alone.

B) The Question can be answered by using either Statement alone.

C) The Question can be answered by using both the Statements together, but cannot be answered using either Statement alone.

D) The Question cannot be answered even by using both the Statements together.

59. Consider a 3-digit number.

    Question : What is the number?

    Statement-1 : The sum of the digits of the number is equal to the product of the digits.

    Statement-2 : The number is divisible by the sum of the digits of the number.

    Which one of the following is correct in respect of the above Question and the Statements?

    A) The Question can be answered by using one of the Statements alone, but cannot be answered using the other Statement alone.

    B) The Question can be answered by using either Statement alone.

    C) The Question can be answered by using both the Statements together, but cannot be answered using either Statement alone.

    D) The Question cannot be answered even by using both the Statements together.

60. For five children with ages a < b < c < d < e; any two successive ages differ by 2 years.

    Question : What is the age of the youngest child ?

    Statement-1 : The age of the eldest is 3 times the youngest.

    Statement-2 : The average age of the children is 8 years.

    Which one of the following is correct in respect of the above Question and the Statements?

    A) The Question can be answered by using one of the Statements alone, but cannot be answered using the other Statement alone.

    B) The Question can be answered by using either Statement alone.

    C) The Question can be answered by using both the Statements together, but cannot be answered using either Statement alone.

    D) The Question cannot be answered even by using both the Statements together.

Directions (Qns. 61-64) : Read the following four passages and answer the items that follow the passages. Your answers to these items should be based on the passages only.

Passage - 1

The paradox of choice is illustrated by the story of Buridan's ass. Jean Buridan, the 14th century philosopher, wrote about free will and the inability to choose due to numerous choices and uncertainties. In the story, a donkey stands between two equally appealing stacks of hay. Unable to decide which to eat, it starves to death. Changes in technology and innovations such as smart phones and tablets only exacerbate our glut of choices. Constant connectivity and overconsumption of real-time data and social media can leave little room for self-reflection and rest, making decisions more difficult. Life is about choices. Many people are overwhelmed with attractive life choices, yet find themselves unhappy and anxious.

61. **Which one of the following statements best reflects the most logical message implied by the above passage ?**
    A) Modern technology enfeebles societal structure and makes life difficult.
    B) Modern life is full of uncertainties and endless difficult choices.
    C) We are influenced by the opinion of others and have no courage to follow our own convictions.
    D) In our lives, having too few choices may not be a good thing, but having too many can be equally as difficult.

Passage - 2

Household finance in India is unique. We have a tendency to invest heavily in physical assets such as gold and property. Steps to encourage the financialization of savings are critical. A populace accustomed to traditional processes will not simply jump into financialization. Hurdles to change include onerous bureaucracy, a scepticism of organized financial institutions, a lack of basic information about which of the myriad services and providers is best for each family, and how (and even if) one can make the transition between them if necessary.

62. **Regarding the financialization of household savings, which of the following statements best reflect the solutions that are implied by the passage ?**
    1. A flexible environment is needed to develop solutions.
    2. Households need customised solutions.
    3. Innovations in financial technology are required.
    Select the correct answer using the code given below:
    A) 1 and 2 only
    B) 2 and 3 only
    C) 1 and 3 only
    D) 1, 2 and 3

Passage - 3

Pharmaceutical patents grant protection to the patentee for the duration of the patent term. The patentees enjoy the liberty to determine the prices of medicines, which is time-limited to the period of monopoly, but could be unaffordable to the public. Such patent protection offered to the patentees is believed to benefit the public over the longer term through innovations and research and development (R&D), although it comes at a cost, in the nature of higher prices for the patented medicine. The patent regime and price protection — through a legally validated high price for the medicine during the currency of the patent — provide the patentee with a legitimate mechanism to get returns on the costs incurred in innovation and research.

63. Based on the above passage, the following assumptions have been made :
   1. Patent protection given to patentees puts a huge burden on public's purchasing power in accessing patented medicines.
   2. Dependence on other countries for pharmaceutical products is a huge burden for developing and poor countries.
   3. Providing medicines to the public at affordable prices is a key goal during the public health policy design in many countries.
   4. Governments need to find an appropriate balance between the rights of patentees and the requirements of the patients.

   Which of the above assumptions are valid ?
   A) 1 and 2
   B) 1 and 4
   C) 3 and 4
   D) 2 and 3

Passage - 4

India should ensure the growth of the digital economy while keeping personal data of citizens secure and protected. No one will innovate in a surveillance-oriented environment or in a place where an individual's personal information is compromised. The ultimate control of data must reside with the individuals who generate it; they should be enabled to use, restrict or monetise it as they wish. Therefore, data protection laws should enable the right kind of innovation — one that is user-centric and privacy protecting.

64. Based on the above passage, the following assumptions have been made :
   1. Protection of privacy is not just a right, but it has value to the economy.
   2. There is a fundamental link between privacy and innovation.

   Which of the above assumptions is/are valid ?
   A) 1 only
   B) 2 only
   C) Both 1 and 2
   D) Neither 1 nor 2

65. In an examination, the maximum marks for each of the four papers namely P, Q, R and S are 100. Marks scored by the students are in integers. A student can score 99% in n different ways. What is the value of n ?

A) 16   B) 17
C) 23   D) 35

66. A flag has to be designed with 4 horizontal Stripes using some or all of the colours red, green and yellow. What is the number of different ways in which this can be done so that no two adjacent stripes have the same colour?
A) 12   B) 18
C) 24   D) 36

67. A rectangular floor measures 4 m in length and 2·2 m in breadth. Tiles of size 140 cm by 60 cm have to be laid such that the tiles do not overlap. A tile can be placed in any orientation so long as its edges are parallel to the edges of the floor. What is the maximum number of tiles that can be accommodated on the floor?
A) 6   B) 7
C) 8   D) 9

68. There are five persons P, Q, R, S and T each one of whom has to be assigned one task. Neither P nor Q can be assigned Task-1. Task-2 must be assigned to either R or S. In how many ways can the assignment be done?
A) 6   B) 12
C) 18   D) 24

69. There are large number of silver coins weighing 2 gm, 5 gm, 10 gm, 25 gm, 50 gm each. Consider the following statements:

1. To buy 78 gm of coins one must buy at least 7 coins.
2. To weigh 78 gm using these coins one can use less than 7 coins.

Which of the statements given above is/are correct?
A) 1 only
B) 2 only
C) Both 1 and 2
D) Neither 1 nor 2

70. Consider the following:
I. A + B means A is neither smaller nor equal to B.
II. A − B means A is not greater than B.
III. A × B means A is not smaller than B.
IV. A ÷ B means A is neither greater nor equal to B.
V. A ± B means A is neither smaller nor greater than B.

Statement : P × Q, P − T, T ÷ R, R ± S

Conclusion-1 : Q ± T

Conclusion-2 : S + Q

Which one of the following is correct in respect of the above Statement and the Conclusions?
A) Only Conclusion-1 follows from the Statement.
B) Only Conclusion-2 follows from the Statement.
C) Both Conclusion-1 and Conclusion-2 follow from the Statement.
D) Neither Conclusion-1 nor Conclusion-2 follows from the Statement.

Directions (Qns. 71-73) :
Read the following three passages and answer the items that follow the passages. *Your answers to these items should be based on the passages only.*

Passage - 1

In India, while the unemployment rate is a frequently used measure of poor performance of the economy, under conditions of rising school and college enrolment, it paints an inaccurate picture. The reported unemployment rate is dominated by the experience of younger Indians who face higher employment challenges and exhibit greater willingness to wait for the right job than their older peers. The unemployment challenge is greater for people with secondary or higher education, and rising education levels inflate unemployment challenges.

71. **Which one of the following statements most likely reflects as to what the author of the passage intends to say?**
    A) Enrolment in schools and colleges is high but there is no quality education.
    B) Unemployment must be seen as a function of rising education and aspirations of young Indians.
    C) There are no labour-intensive industries to accommodate the huge number of unemployed people.
    D) The education system should be properly designed so as to enable the educated people to be self-employed.

Passage - 2

"Science by itself is not enough, there must be a force and discipline outside the sciences to coordinate them and point to a goal. It is not possible to run a course aright when the goal itself has not been rightly placed. What science needs is philosophy — the analysis of scientific method and the coordination of scientific method and the coordination of scientific purposes and results; without this, any science must be superficial. Government suffers, precisely like science, for lack of philosophy. Philosophy bears to science the same relationship which statesmanship bears to politics : movement guided by total knowledge and perspective, as against aimless and individual seeking. Just as the pursuit of knowledge becomes scholasticism when divorced from the actual needs of men and life, so the pursuit of politics becomes a destructive bedlam when divorced from science and philosophy."

72. **Which one of the following statements best reflects the most rational, logical and practical message conveyed by the passage?**
    A) Modern statesman need to be well trained in scientific methods and philosophical thinking to enable them to have a better perspective of their roles, responsibilities and goals.

B) It is not desirable to have Governments managed by empirical statesman unless well mixed with others who are grounded in learning and reflect wisdom.

C) As the statesmen/bureaucrats are the products of a society, it is desirable to have a system of education in a society that focuses on training its citizens in scientific method and philosophical thinking from a very early age.

D) It is desirable that all scientists need to be philosophers as well to make their work goal-oriented and thus purposeful and useful to the society.

Passage - 3

"The last end of the state is not to dominate men, nor to restrain them by fear; rather it is so to free each man from fear that he may live and act with full security and without injury to himself or his neighbour. The end of the state, I repeat, is not to make rational beings into brute beasts and machines. It is to enable their bodies and their minds to function safely. It is to lead men to live by, and to exercise, a free reason; that they may not waste their strength in hatred, anger and guile, nor act unfairly toward one another."

73. Based on the above passage, which one of the following terms best expresses the ultimate goal of the state?
    A) Personal safety
    B) Health of body and mind
    C) Communal harmony
    D) Liberty

74. What is the remainder if 2^{192} is divided by 6?
    A) 0 B) 1
    C) 2 D) 4

75. Consider the sequence
    ABC _ _ ABC _ DABBCD _ ABCD
    that follows a certain pattern. What one of the following completes the sequence?
    A) DACB B) CDAB
    C) DCCA D) DDCA

76. AB and CD are 2-digit numbers. Multiplying AB with CD results in a 3-digit number DEF. Adding DEF to another 3-digit number GHI results in 975. Further A, B, C, D, E, F, G, H, I are distinct digits. If E = 0, F = 8, then what is A + B + C equal to?
    A) 6 B) 7
    C) 8 D) 9

77. Consider the following statements in respect of five candidates P, Q, R, S and T. Two statements are true and one statement is false.

    True Statement: One of P and Q was selected for the job.

False Statement : At least one of R and S was selected for the job.

True Statement : At most two of R, S and T were selected for the job.

Which of the following conclusions can be drawn ?

1. At least four were selected for the job.
2. S was selected for the job.

Select the correct answer using the code given below:

A) 1 only   B) 2 only
C) Both 1 and 2
D) Neither 1 nor 2

78. Let P, Q, R, S and T be five statements such that :
   I. If P is true, then both Q and S are true.
   II. If R and S are true, then T is false.

   Which of the following can be concluded ?

   1. If T is true, then at least one of P and R must be false.
   2. If Q is true, then P is true.

   Select the correct answer using the code given below:

   A) 1 only
   B) 2 only
   C) Both 1 and 2
   D) Neither 1 nor 2

79. A cuboid of dimensions 7 cm × 5 cm × 3 cm is painted red, green and blue colour on each pair of opposite faces of dimensions 7 cm × 5 cm, 5 cm × 3cm, 7 cm × 3 cm respectively. Then the cuboid is cut and separated into various cubes each of side length 1 cm. Which of the following statements is/are correct ?

   1. There are exactly 15 small cubes with no paint on any face.
   2. There are exactly 6 small cubes with exactly two faces, one painted with blue and the other with green.

   Select the correct answer using the code given below:

   A) 1only
   B) 2 only
   C) Both 1 and 2
   D) Neither 1 nor 2

80. The letters of the word "INCOMPREHENSIBILITIES" are arranged alphabetically in reverse order. How many positions of the letter/letters will remain unchanged ?

   A) None   B) One
   C) Two   D) Three

✸✸✸✸✸

ANSWERS

1. (A)   2. (D)   3. (C)   4. (D)   5. (B)   6. (B)   7. (A)   8. (A)   9. (D)   10. (C)

11. (C)   12. (A)   13. (B)   14. (A)   15. (D)   16. (A)   17. (D)   18. (A)   19. (C)   20. (A)

21. (B)   22. (B)   23. (B)   24. (A)   25. (C)   26. (B)   27. (A)   28. (C)   29. (B)   30. (C)

31. (D)   32. (C)   33. (B)   34. (C)   35. (B)   36. (C)   37. (D)   38. (D)   39. (C)   40. (D)

41. (A)   42. (A)   43. (A)   44. (C)   45. (D)   46. (C)   47. (A)   48. (C)   49. (B)   50. (B)

51. (D)   52. (A)   53. (A)   54. (B)   55. (A)   56. (D)   57. (C)   58. (A)   59. (D)   60. (B)

61. (D)   62. (A)   63. (B)   64. (C)   65. (D)   66. (C)   67. (C)   68. (D)   69. (C)   70. (B)

71. (B)   72. (A)   73. (D)   74. (D)   75. (D)   76. (A)   77. (D)   78. (A)   79. (A)   80. (C)